द फिफ्थ अग्रिमेंट

वॉव पब्लिशिंग्स द्वारा प्रकाशित श्रेष्ठ पुस्तकें

१. **इन पुस्तकों द्वारा आध्यात्मिक विकास करें**

- **निःशब्द संवाद का जादू** – जीवन की १११ जिज्ञासाओं का समाधान
- **विचार नियम** – आपकी कामयाबी का रहस्य
- **ध्यान नियम** – ध्यान योग नाइन्टी
- **कर्मयोग नाइन्टी** – हर एक की गीता अलग है
- The **मन** – कैसे बने मन : नमन, सुमन, अमन और अकंप
- **कैसे लें ईश्वर से मार्गदर्शन** – जो कर हँसकर कर
- **अभिमान से मुक्ति** – नम्रता की शक्ति
- **ए टू ज़ेड २६ सबक** – 26 Lessons of life
- **पहले राम फिर काम** – भक्ति शक्ति रामायण पथ

२. **इन पुस्तकों द्वारा स्वमदद करें**

- **मोह, अहंकार और बोरडम से मुक्ति** – सूक्ष्म विकारों पर विजय
- **समय नियोजन के नियम** – टाईम मैनेजमेंट
- **समग्र लोकव्यवहार** – मित्रता और रिश्ते निभाने की कला
- **विकास नियम** – आत्मविकास द्वारा संतुष्टि पाने का राज़
- **भय, चिंता और क्रोध से मुक्ति** – स्थूल विकारों से मुक्ति
- **नींव नाइन्टी** – नैतिक मूल्यों की संपत्ति
- **स्वसंवाद का जादू** – अपना रिमोट कंट्रोल कैसे प्राप्त करें
- **संपूर्ण लक्ष्य** – संपूर्ण विकास कैसे करें
- **संपूर्ण सफलता का लक्ष्य**
- **निर्णय और ज़िम्मेदारी** – वचनबद्ध निर्णय और जिम्मेदारी कैसे लें
- **आलस्य से मुक्ति के ७ कदम**

३. **इन पुस्तकों द्वारा हर समस्या का समाधान पाएँ**

- **प्रार्थना–बीज** – एक अद्‌भुत शक्ति
- **स्वास्थ्य त्रिकोण** – स्वास्थ्य संपन्न
- **सुनहरा नियम** – रिश्तों में नई सुगंध
- **स्वीकार का जादू** – तुरंत खुशी कैसे पाएँ

४. **इन आध्यात्मिक उपन्यासों द्वारा जीवन के गहरे सत्य जानें**

- मृत्यु का महासत्य **मृत्युंजय**
- **स्वयं का सामना** – हरक्युलिस की आंतरिक खोज

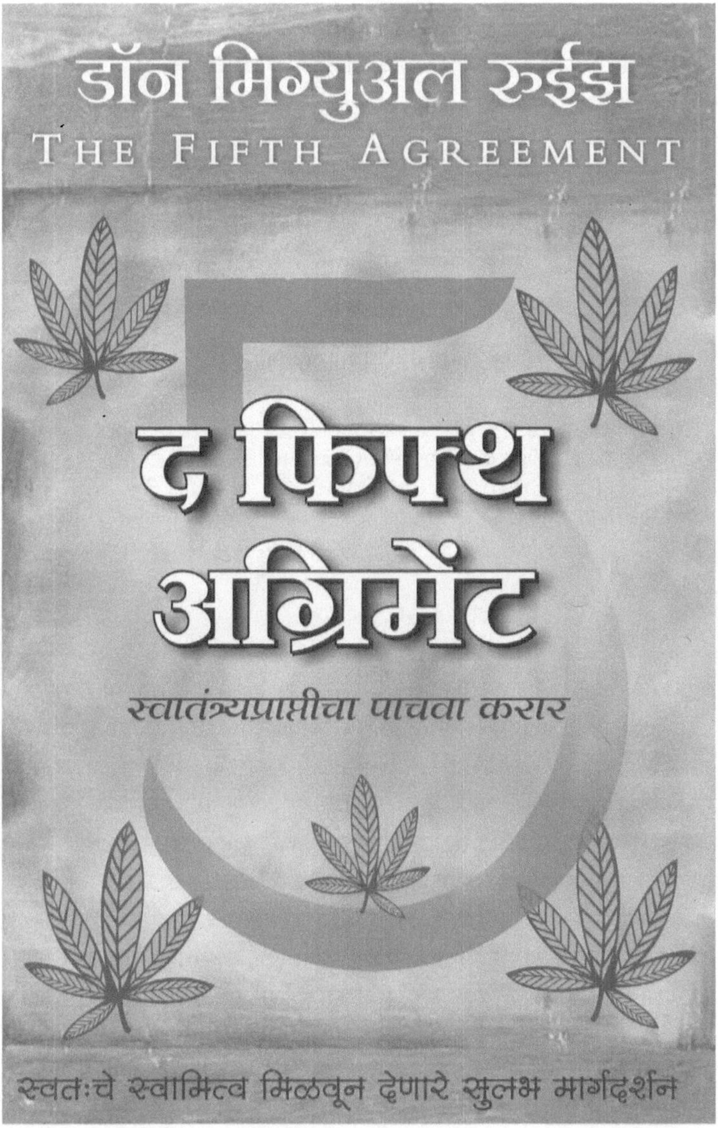
डॉन मिग्युअल रुईझ
THE FIFTH AGREEMENT
द फिफ्थ अग्रिमेंट
स्वातंत्र्यप्राप्तीचा पाचवा करार
स्वतःचे स्वामित्व मिळवून देणारे सुलभ मार्गदर्शन

द फिफ्थ ॲग्रिमेंट

The Fifth Agreements या इंग्रजी पुस्तकाचा मराठी अनुवाद

प्रकाशक : वॉव पब्लिशिंग्ज् प्रा.लि., पुणे

मुद्रक : विक्रम प्रिंटर्स प्रा. लि. पुणे

प्रथम आवृत्ती : जुलै २०२१

अनुवादक : रतन वैद्य, जुई नाडकर्णी

ISBN : 978-93-90607-24-2

The Fifth Agreement

by Don Miguel Ruiz

हे पुस्तक
या सुंदर ग्रहावर राहणाऱ्या सर्व लोकांना
आणि येणाऱ्या पिढींसाठी
समर्पित आहे.

विषय सूची

	टॉलटेक ज्ञान	०९
प्रस्तावना	डॉन मिग्युअल रूईझ	११
भाग १	चिन्हांच सामर्थ्य	१५
१	सर्वकाही अंतर्योजनेत सामावलेलं आहे सुरुवात	१७
२	चिन्हं आणि करार मानवांची कला	२५
३	तुझी कथा पहिला करार : अचूक शब्दांचा वापर	३३
४	प्रत्येक मन हे एक विश्व आहे दुसरा करार : कोणतीही गोष्ट व्यक्तिशः घेऊ नकोस	४१
५	सत्य की कल्पना तिसरा करार : गृहीत धरू नकोस	५१
६	समजुतींमधील सामर्थ्य सॅन्टाक्लॉजचं चिन्ह	६०
७	सरावामधून निपुण व्यक्ती घडते चौथा करार : नेहमी तुझी सर्वोत्तम कृती कर	६८

भाग २	**साशंकतेचं सामर्थ्य**	७५
८	**साशंकतेचं सामर्थ्य** पाचवा करार : शंका घे, परंतु लक्ष देऊन ऐकायला शिक	७७
९	**पहिल्यांदा लक्ष देऊन निर्माण झालेलं स्वप्न** अत्याचारग्रस्त	८९
१०	**दुसऱ्यांदा लक्ष देऊन निर्माण झालेलं स्वप्न** योद्धा	९९
११	**तिसऱ्यांदा लक्ष देऊन निर्माण केलेलं स्वप्न** निपुण गुरू	११३
१२	**साक्षीभावाने पाहणारा द्रष्टा** पूर्ण नवीन दृष्टी	१२९
१३	**तीन भाषा** तू कोणत्या प्रकारचा संदेशवाहक आहेस?	१४१
	जग बदलण्यासाठी मला मदत कर समारोप	१५१
	परिशिष्ट	१५६

टॉलटेक ज्ञान

हजारो वर्षांपूर्वी संपूर्ण दक्षिण मेक्सिकोमध्ये टॉलटेक हे 'सुज्ञ स्त्री पुरुष' म्हणून ओळखले जायचे. मानववंशशास्त्राचा अभ्यास करणाऱ्यांनी टॉलटेकचा एक राष्ट्र किंवा एक वंश असा उल्लेख केलाय, परंतु खरंतर हे शास्त्रज्ञ व कलाकार होते - ज्यांनी प्राचीन आध्यात्मिक ज्ञान व पद्धती जाणण्यासाठी आणि जतन करण्यासाठी समाज स्थापन केला. मेक्सिको शहराला लागून असलेल्या तेओतिहुकन या पिरॅमिडच्या प्राचीन गावात ही मंडळी गुरू (नागुअल) व शिष्य या नात्याने एकत्र आली. या गावामध्ये 'माणसाचा ईश्वर' बनतो असा समज होता. पुढे शतकानुशतकं नागुअलना हे प्राचीन ज्ञान जगापासून गुप्त ठेवावं लागलं. कारण युरोपमधील लोकांच्या स्वाऱ्या व त्याचबरोबर काही शिष्यांनी वैयक्तिक सामर्थ्य मिळविण्यासाठी केलेला गैरवापर यापासून ज्ञानाचा बचाव करणं आवश्यक होतं.

सुदैवाने हे टॉलटेकचं गूढ ज्ञान नागुअलच्या वेगवेगळ्या वंशावळीतून पिढ्यान्‌पिढ्या दीक्षा या स्वरूपात पुढे दिलं गेलं. हजारो वर्षे हे ज्ञान गुप्तपणे झाकून ठेवलं गेलं असलं, तरी प्राचीन काळात भाकीत झालं होतं की, असा काळ येईल जेव्हा हे ज्ञान लोकांना परत देण्याची आवश्यकता निर्माण होईल. डॉन मिग्युअल रूईझ व डॉन जोझ् रूईझ (ईगल नाईटच्या

उच्च घराण्यातील नागुअल) यांच्यावर आता टॉलटेकचं सामर्थ्यशाली ज्ञान आपल्याला देण्याचं कार्य सोपवण्यात आलं आहे.

जगभरात आढळणाऱ्या आध्यात्मिक पंथांच्या मागे जे एकमेव सत्य आहे, तेच मूलतत्त्व टॉलटेक ज्ञानाचे उगमस्थान आहे. टॉलटेक हा धर्म नसला तरी भूतलावर होऊन गेलेल्या सर्व आध्यात्मिक गुरूंचा आदर राखतं. हे ज्ञान आत्म्याविषयी असलं तरी आनंद व प्रेम सहजसाध्य असलेला जीवनाचा मार्ग असं या ज्ञानाचं यथार्थ वर्णन करता येईल.

प्रस्तावना

डॉन मिग्युअल रूईझ

'चार करार' हे पुस्तक अनेक वर्षांपूर्वी प्रकाशित झालंय. तुम्ही हे पुस्तक वाचलं असेल तर ते करार काय करामत करू शकतात, ते तुम्हाला चांगलं माहीत आहे. तुम्ही स्वतःशी, इतरांशी, प्रत्यक्ष जीवनाशी केलेले संकुचित करार पूर्ण मोडून तुमच्या आयुष्यात परिवर्तन करण्याचं सामर्थ्य त्या चार करारांमध्ये आहे.

तुम्ही पहिल्यांदा जेव्हा हे पुस्तक वाचता, तेव्हा ते त्याची जादू करायला सुरुवात करतं. वाचत असलेल्या शब्दांपेक्षा ते खूप खोलवर पोहोचतं. पुस्तकातील शब्दन् शब्द तुम्हाला माहीत आहे असं तुम्हाला वाटतं. तुम्हाला त्यातील सत्य जाणवतं, परंतु तुम्ही कधी ते शब्दात व्यक्त केलं नव्हतं. तुम्ही पुस्तक पहिल्यांदा वाचता, तेव्हा ते तुमच्या समजुतींना आव्हान देतं आणि तुम्हाला आकलनक्षमतेची मर्यादा गाठायला लावतं. तुम्ही जुने संकुचित करार मोडून अनेक आव्हानं पार करता, परंतु मग तुम्हाला नवीन आव्हानं दिसू लागतात. जेव्हा दुसऱ्यांदा पुस्तक वाचता, तेव्हा वेगळंच पुस्तक वाचत आहोत असं तुम्हाला वाटतं. कारण तुमच्या आकलन शक्तीची मर्यादा वाढलेली असते. पुन्हा एकदा ते तुम्हाला 'स्व'च्या जाणिवेत खोलवर नेतं आणि त्या क्षणात जेवढी मर्यादा गाठू शकता, तेवढी तुम्ही गाठता. तिसऱ्यांदा पुस्तक वाचतानासुद्धा एखादं

नवीनच पुस्तक वाचल्यासारखं वाटतं.

अगदी जादूप्रमाणे चार करार तुम्हाला हळूहळू तुमचा खरा 'स्व' परत मिळवायला मदत करतात. कारण ते करार जादूच आहेत. या चार करारांचा सराव केल्याने तुम्ही तुमच्या खऱ्या स्वरूपाप्रत पोहोचता, तुमच्या भ्रामक प्रतिमेप्रत नव्हे. आणि हेच तुमचं खरं उद्दिष्ट आहे. तुमचं खरं स्वरूप.

'चार करार' या पुस्तकातील तत्त्वं लहानांपासून थोरांपर्यंत प्रत्येकाच्या हृदयाशी संवाद साधतात. ती तत्त्वं जगभरातील विविध संस्कृतींच्या माणसांशी संवाद साधतात, वेगवेगळ्या भाषा बोलणारी माणसं, अगदी भिन्न धार्मिक श्रद्धा व नीतिमूल्यं असणारी माणसं, वेगवेगळ्या शाळांतून किंवा कॉलेजमधून शिक्षण झालेली माणसं ही तत्त्वं सर्वांपर्यंत पोहोचवतात कारण ती आकलनास सोपी आहेत.

आता अजून एक भेटवस्तू देण्याची वेळ आली आहे : 'पाचवा करार.' या कराराचा पहिल्या पुस्तकात समावेश केला नव्हता, कारण त्या वेळी पहिले चार करार हेच पुरेसं आव्हान होतं. पाचवा करार इथे शब्दांत मांडलाय, परंतु त्याचा अर्थ व उद्दिष्ट शब्दांच्या पलीकडे आहे. पाचव्या कराराचं अंतिम ध्येय म्हणजे शब्दांचा आधार न घेता सत्याच्या नजरेतून स्वतःची संपूर्ण वस्तुस्थिती पाहणं. पाचव्या कराराचा सराव केल्यावर परिणाम असा होतो की, तू स्वतःला जसा आहेस तसा पूर्णपणे स्वीकारतोस व इतरांना ते जसे आहेत तसे पूर्णपणे स्वीकारतोस आणि त्याचं बक्षीस आहे, तुझा शाश्वत आनंद.

अनेक वर्षांपूर्वी मी या पुस्तकातील काही संकल्पना माझ्या विद्यार्थ्यांना शिकविण्यास सुरुवात केली, परंतु मी काय सांगण्याचा प्रयत्न करतोय ते कोणालाही न समजल्यामुळे मी शिकवणं सोडून दिलं. मी पाचवा करार विद्यार्थ्यांना सांगितला परंतु माझ्या लक्षात आलं की त्याचा गर्भितार्थ जाणून घेण्याची त्यांची तयारी नव्हती. अनेक वर्षांनी माझा मुलगा, डॉन जोझ, याने तेच ज्ञान काही विद्यार्थ्यांना द्यायला सुरुवात केली आणि मी जिथे अपयशी ठरलो, तिथे तो यशस्वी झाला. हा संदेश देण्यात

त्याला असणारा संपूर्ण विश्वास हे त्याच्या यशाचं गमक असावं. त्याचं अस्तित्वच सत्य व्यक्त करत होतं आणि त्याच्या वर्गातील विद्यार्थ्यांच्या समजुतींना आव्हान देत होतं. त्याच्या विद्यार्थ्यांच्या जीवनात आमूलाग्र बदल घडला.

डॉन जोझ् रूईझ् हा लहानपणापासून, अगदी बोलायला लागला तेव्हापासून माझा विद्यार्थी आहे. या पुस्तकातून त्याची ओळख करून देणं आणि गेली सात वर्षं आम्ही एकत्र शिकवत असलेल्या ज्ञानाचा गाभा सुस्पष्ट करणं हे मी माझं भाग्य मानतो.

हा संदेश व्यक्तिगत राहण्यासाठी व टॉलटेक सुज्ञतेच्या परंपरेतील इतर पुस्तकांतील प्रथम-पुरुष, प्रथम-वचन संबोधन कायम ठेवण्यासाठी पाचवा करार या पुस्तकात आम्ही प्रथम-पुरुष, प्रथम-वचन ही शैली निवडली आहे. या पुस्तकातून आम्ही वाचकांशी एकदिलाने, एकसुराने संवाद साधतो.

भाग १
चिन्हांच सामर्थ्य

१

सुरुवात

सर्वकाही अंतर्योजनेत सामावलेलं आहे

तू जन्मतोस त्या क्षणापासून जगाला एक संदेश देतोस. काय संदेश देतोस? तो संदेश म्हणजे तू, ते मूल. तो संदेश म्हणजे अमर्याद मितीतून आलेल्या संदेशवाहकाचं, देवदूताचं मानवी शरीरातील अस्तित्व. सर्वव्यापी, सर्वशक्तिमान तत्त्वाने फक्त तुझ्यासाठी अंतर्योजना (program) तयार केलेली असते आणि तू जो आहेस ते असण्यासाठी तुला आवश्यक असलेलं सर्वकाही त्या अंतर्योजनेत असतं. तुझा जन्म होतो, तू मोठा होतोस, तू लग्न करतोस, म्हातारा होतोस आणि शेवटी अमर्यादेत विलीन होतोस. तुझ्या शरीरातील प्रत्येक पेशी स्वतःच एक विश्व आहे. प्रत्येक पेशी बुद्धिमान आहे. संपूर्ण आहे आणि ती पेशी जे आहे ते असण्यासाठीची अंतर्योजना तिच्यामध्ये समाविष्ट आहे.

'तू' तू जो कोणी आहेस ते असण्यासाठीची अंतर्योजना तुझ्यामध्ये समाविष्ट आहे आणि तुझं मन, तू कोण आहेस याबद्दल काय विचार करतं, याचा त्या अंतर्योजनेला काहीही फरक पडत नाही. विचार करणाऱ्या मनात ती अंतर्योजना सामावलेली नाही. ती शरीरात आहे आणि ज्याला गुणसूत्र (DNA) म्हणतो त्यात आहे आणि सुरुवातीला सहजप्रेरणेने तू तिची सुज्ञता अनुसरतोस. अगदी लहानपणी तुला काय आवडतं- काय नाही, कधी आवडतं- कधी नाही, हे तुला माहीत

असतं. तू तुझ्या सहजप्रेरणेनुसार वागतोस आणि त्या प्रेरणा तुला आनंदी राहायला, जीवन उपभोगायला, खेळायला, प्रेम करायला, तुझ्या गरजा पूर्ण करायला मार्गदर्शन करतात. मग पुढे काय होतं?

तुझं शरीर विकसित होऊ लागतं, तुझं मन परिपक्व होऊ लागतं आणि तुझा संदेश देण्यासाठी तू चिन्हांचा वापर करू लागतोस. जसे पक्षी इतर पक्ष्यांना समजून घेतात, जशा मांजरी इतर मांजरींना समजून घेतात, त्याचप्रमाणे माणसं इतर माणसांना चिन्हांच्या मार्फत समजून घेतात. तू जरी एखाद्या बेटावर जन्माला आलास आणि एकटाच वाढलास, तरी दहा वर्षांनी का होईना, दिसणाऱ्या प्रत्येक गोष्टीला तू नाव देशील आणि फक्त स्वतःला संदेश देण्यासाठी तरी त्या भाषेचा उपयोग करशील. तू असं का करशील? हे जाणून घेणं सोपं आहे कारण मानवजात खूप बुद्धिमान आहे म्हणून नव्हे, तर स्वतःसाठी भाषा तयार करण्याची, चिन्हांचं संपूर्ण शास्त्र शोधून काढण्याची अंतर्योजना आपल्यामध्ये आहे.

तुला माहीत आहे की, जगभरात हजारो भाषा बोलल्या व लिहिल्या जातात. मानवाने फक्त इतरांशी नव्हे तर मुख्यत्वे स्वतःशी संवाद साधण्यासाठी वेगवेगळ्या प्रकारची चिन्हं शोधून काढली आहेत. आपण बोलताना निर्माण होणारे आवाज, आपल्या हालचाली किंवा आकृतीच्या स्वरूपातील अक्षरं व खुणा ही सर्व चिन्हं आहेत. वस्तू, कल्पना, संगीत व गणित यांसाठी चिन्हं असतात. परंतु आवाजांची ओळख होणं हे पहिलं पाऊल आहे, म्हणजे आपण बोलण्यासाठी चिन्हांचा उपयोग करायला शिकतो.

आपल्या आधी जन्मलेल्या माणसांनी अस्तित्वात असलेल्या प्रत्येक गोष्टीला आधीच नाव दिलेलं असतं आणि ते आपल्याला आवाजांचे अर्थ शिकवतात. ते याला टेबल म्हणतात, तिला खुर्ची म्हणतात. फक्त कल्पनेत असलेल्या गोष्टींनासुद्धा ते नाव देतात उदा. जलपरी, नागकन्या. आपण शिकतो तो प्रत्येक शब्द खऱ्या किंवा काल्पनिक गोष्टीचं प्रतीक असतं आणि शिकण्यासाठी असे हजारो शब्द आहेत. आपण एक ते चार या वयाच्या मुलांचं निरीक्षण केलं तर सगळी चिन्हं शिकण्याचे त्यांचे

प्रयत्न दिसू शकतील. लहानपणी हे महत्प्रयत्न आपल्या लक्षात राहत नाहीत कारण आपलं मन तेव्हा तितकंसं परिपक्व नसतं. परंतु सराव करत करत आपण बोलायला शिकतो.

एकदा आपण बोलायला शिकलो की, आपली देखभाल करणाऱ्या व्यक्ती त्यांना माहीत असलेलं आपल्याला शिकवतात. म्हणजेच ते आपल्यामध्ये ज्ञान समाविष्ट करतात. आपल्याबरोबर राहत असलेल्या व्यक्तींकडे प्रचंड ज्ञान असतं ज्यामध्ये त्यांच्या संस्कृतीतील सामाजिक, नैतिक, धार्मिक नियमदेखील असतात. ते आपलं लक्ष वेधून घेतात, माहिती पुरवतात आणि त्यांच्यासारखं बनवितात. आपण ज्या समाजात जन्म घेतो, त्या समाजातील स्त्री किंवा पुरुष बनायला शिकतो. आपण आपल्या समाजात योग्य प्रकारे वागायला शिकतो, म्हणजेच चांगली व्यक्ती बनायला शिकतो.

खरंतर कुत्रा, मांजर व इतर प्राण्यांना जसं माणसाळवतात, तसं आपल्यालादेखील माणसाळवतात : शिक्षा आणि शाबासकी यांचा वापर करून. मोठ्यांना हवं तसं वागलं तर आपण चांगला मुलगा किंवा चांगली मुलगी; त्यांना हवं ते केलं नाही तर आपण वाईट मुलगा किंवा वाईट मुलगी आहोत असं आपल्याला सांगितलं जातं. कधी कधी चूक नसताना आपल्याला शिक्षा होते तर कधीतरी चांगलं न वागूनदेखील आपल्याला शाबासकी मिळते. शिक्षेच्या भीतीने किंवा शाबासकी न मिळण्याच्या भीतीने आपण इतरांना खूश करण्याचा प्रयत्न करू लागतो. आपण चांगलं बनण्याचा प्रयत्न करतो कारण वाईट लोकांना शाबासकी मिळत नाही; त्यांना शिक्षा मिळते.

सुसंस्कृत (मनुष्याला लहानपणी पाळीव बनविण्याची प्रक्रिया) बनविताना आपल्यावर सामाजिक व कौटुंबिक नियम व मूल्यं लादली जातात. आपण कशावर विश्वास ठेवावा, हे निवडण्याची संधी आपल्याला मिळत नाही; कशावर विश्वास ठेवावा व कशावर ठेवू नये, हे आपल्याला सांगितलं जातं. आपल्या बरोबर राहणारी माणसं त्यांची मतं आपल्याला सांगतात : चांगलं काय–वाईट काय, चूक काय– बरोबर

काय, सुंदर काय-कुरूप काय, अगदी संगणकाप्रमाणे ती सर्व माहिती आपल्या डोक्यात उतरवली जाते. आपण निरागस असतो; आपले पालक व इतर प्रौढ व्यक्ती जे सांगतात त्यावर आपला विश्वास बसतो; आपण अनुमती (मान्यता देतो / सहमती देतो) देतो आणि ती माहिती आपल्या आठवणीत साठविली जाते. आपण शिकतो त्या सर्व गोष्टी अनुमतीनेच आपल्या मनात प्रवेश करतात आणि अनुमतीनेच आपल्या मनात वास्तव्य करतात, परंतु सर्वप्रथम लक्ष/ध्यान (attention) असण्याची गरज आहे.

माणसांसाठी लक्ष/ध्यान फार महत्त्वाचं आहे, कारण तो मनाचा असा भाग आहे ज्यामुळे विविध शक्यतांमधून एका वस्तूवर किंवा विचारावर केंद्रित होणं आपल्याला शक्य होतं. लक्ष केंद्रित केल्यामुळेच बाहेरील माहिती आत पोहोचवली जाते व आतील बाहेर. माणसाकडून माणसाकडे संदेश देण्यासाठी व घेण्यासाठी 'लक्ष' ही वाहिनी वापरली जाते. एका मनाकडून दुसऱ्या मनाकडे जाणारा तो पूल आहे; आवाज, खूण, चिन्ह, स्पर्श यांच्या साहाय्याने आपण तो पूल खुला करतो. अशा कृती करतो, ज्याद्वारे लक्ष वेधलं जातं. याचप्रकारे आपण शिकतो व शिकवितो. एखाद्याने लक्ष दिलं नाही तर आपण शिकवू शकत नाही; आपण लक्ष दिलं नाही तर काहीही शिकू शकत नाही.

आपलं लक्ष वेधून घेत मोठी माणसं चिन्हांचा वापर करून संपूर्ण वस्तुस्थिती आपल्या मनात तयार करायला आपल्याला शिकवितात. सुरुवातीला आवाजाच्या साहाय्याने चिन्ह शिकविल्यानंतर मोठी माणसं आपल्याकडून अ,ब,क गिरवून घेतात आणि आपण तीच भाषा शिकतो, परंतु आकृत्यांच्या माध्यमातून. आपली कल्पनाशक्ती विकसित होऊ लागते, आपलं कुतूहल वाढू लागतं आणि आपण प्रश्न विचारू लागतो. आपण एकामागून एक प्रश्न विचारत जातो; आपण सगळीकडून माहिती गोळा करतो. जेव्हा स्वतःशी मनामध्ये बोलण्यासाठी आपण चिन्हांचा वापर करू लागतो, तेव्हा आपल्याला समजतं की आपण या भाषेवर प्रभुत्व मिळवलंय. त्या वेळी आपण विचार करायला शिकतो. त्यापूर्वी आपण विचार करत नसतो; आपण आवाजाची नक्कल करत असतो व

संवाद साधण्यासाठी चिन्हांचा वापर करत असतो. परंतु या चिन्हांना अर्थ देण्यापूर्वी किंवा भावना जोडण्यापूर्वी जीवन साधं सोपं असतं.

आपण चिन्हांना अर्थ देऊ लागल्यावर आपण त्यांचा उपयोग आपल्या आयुष्यात घडणारं सर्वकाही जाणून घेण्यासाठी करू लागतो. आपण खऱ्याखुऱ्या गोष्टींचा विचार करण्यासाठी आणि प्रत्यक्षात खऱ्याखुऱ्या नसलेल्या परंतु आपल्या कल्पनेप्रमाणे खऱ्या असणाऱ्या गोष्टींचा विचार करण्यासाठीदेखील चिन्हांचा उपयोग करतो. उदा. सुंदर व कुरूप, जाड व बारीक, हुशार व मूर्ख आणि तुमच्या लक्षात आलं असेल की ज्या भाषेवर आपलं प्रभुत्व असतं, त्याच भाषेत आपण विचार करतो. अनेक वर्षं मी फक्त स्पॅनिश बोलत होतो, इंग्रजीत विचार करण्याइतपत इंग्रजी चिन्हांमध्ये कौशल्य प्राप्त करायला मला खूप वेळ लागला. एखाद्या भाषेवर प्रभुत्व मिळविणं सोपं नाही, परंतु असा टप्पा येतो जेव्हा आपण शिकलेल्या चिन्हांचा वापर करत विचार करू लागतो.

पाचव्या किंवा सहाव्या वर्षी शाळेत जाऊ लागल्यावर चूक व बरोबर, जिंकणं व हरणं, पूर्ण व अपूर्ण या अमूर्त कल्पनांचा अर्थ आपल्याला उलगडू लागतो. आधीच माहीत असलेली चिन्हं आपण शाळेत गेल्यावर वाचायला व लिहायला शिकतो आणि लेखी भाषा आपल्याला जास्त ज्ञान गोळा करायला मदत करते. आपण अधिकाधिक चिन्हांना अर्थ देऊ लागतो आणि विचार करणं प्रयत्न न करताच शक्य होतं, अगदी नकळतपणे.

आता आपण शिकलेली चिन्हं स्वतःहून आपलं लक्ष वेधून घेतात. आपलं ज्ञान आपल्याशी बोलत असतं आणि आपण ऐकत असतो. मी त्याला ज्ञानाचा आवाज म्हणतो कारण आपल्या डोक्यात ज्ञान बोलत असतं. त्या आवाजाचे अनेक सूर असतात; कधी आपल्या आईचा आवाज असतो, तर कधी वडिलांचा, कधी बहिणीचा तर कधी भावाचा आणि तो आवाज कधीच थांबत नाही. हा आवाज खरा नसतो; ती आपली निर्मिती असते. परंतु आपला विश्वास असतो की, तो आवाज खरा आहे कारण आपल्या विश्वासाच्या बळावर आपण त्याला जगवत

असतो; म्हणजेच तो आवाज जे म्हणेल त्यावर शंका न घेता आपण ते खरं मानतो. याच सुमारास आपल्या भोवतीच्या माणसांची मतं आपल्या मनाचा ताबा घ्यायला सुरुवात करतात.

इतर सर्वजण आपल्याबद्दल मतं बनवितात आणि आपण कसे आहोत, ते आपल्याला सांगतात. लहान असताना आपण कसे आहोत, ते आपल्याला माहीत नसतं. आरसा हा स्वतःला पाहण्याचा एकच मार्ग असतो आणि इतर माणसं त्या आरशाचं काम करतात. आपण कसे आहोत, हे आपली आई आपल्याला सांगते आणि आपण तिच्यावर विश्वास ठेवतो. ते मत आपल्या वडिलांच्या, भावाच्या, बहिणीच्या मताहून अगदी वेगळं असतं परंतु आपण त्यांच्याशीही सहमत होतो. आपण कसे दिसतो, हे लोक आपल्याला सांगतात आणि विशेषकरून आपण लहान असताना ते बरोबर असतं. तुझे डोळे अगदी तुझ्या आईसारखे आहेत आणि नाक तुझ्या आजोबांसारखं आहे. आपण घरातील व्यक्ती, शिक्षक, शाळेतील मोठी मुलं यांची सर्व मतं ऐकतो. त्या आरशांमध्ये आपण स्वतःचं प्रतिबिंब पाहतो, आपण असे आहोत याला आपण अनुमती देतो, अशी अनुमती देताच ते मत आपल्या मानसिकतेचा भाग बनतं. हळूहळू या मतांमुळे आपलं वागणं बदलतं आणि इतर व्यक्तींच्या सांगण्यावरून आपण आपल्या मनात स्वतःची प्रतिमा साकारतो : मी सुंदर आहे; मी तितकी सुंदर नाही. मी हुशार आहे; मी तेवढी हुशार नाही. मी यशस्वी आहे; मी अपयशी आहे. मला हे चांगलं जमतं; मला ते जमत नाही.

एका विशिष्ट टप्प्यावर आपल्या पालकांची, शिक्षकांची, धर्माची, समाजाची सर्व मतं आपल्याला विश्वास ठेवायला भाग पाडतात की, समाजात स्वीकार होण्यासाठी आपण असंच असायला हवं. आपण कसं असायला हवं, कसं दिसायला हवं, कसं वागायला हवं, या गोष्टी ते आपल्याला सांगतात. आपण असं असायला हवं; आपण तसं असायला नको आणि आपण जसे आहोत तसं असणं योग्य नसल्यामुळे आपण जे नाही ते असण्याचं ढोंग करायला लागतो. नाकारलं जाण्याची भीती मग

न्यूनतेची भीती बनते आणि आपण परिपूर्ण अशा कशाचातरी शोध घेऊ लागतो. आपल्या या शोधकार्यात आपण परिपूर्णतेचं चित्र रेखाटतो, जे बनण्याची आपली इच्छा आहे. परंतु आपण स्वतःविषयी मतं बनवायला सुरुवात करतो. आपण स्वतःवर नाखूश असतो व स्वतःला सांगतो, बघ, तू किती कुरूप दिसतोस, किती वेंधळा आहेस. बघ, तू किती जाडा, बुटका, अशक्त, मूर्ख आहेस. इथे नाटक सुरू होतं कारण आता ही चिन्हं आपल्या विरोधात जातात. स्वतःला नाकारण्यासाठी आपण या चिन्हांचा उपयोग करायला शिकलोय हे आपल्या लक्षातदेखील येत नाही.

संस्कार होण्यापूर्वी आपण कसे आहोत किंवा कसे दिसतो, याची आपल्याला पर्वा नसते. नवीन गोष्टींचा शोध घेणं, आपली सर्जनशीलता व्यक्त करणं, सुख मिळविणं आणि दुःख टाळणं ही आपली सहजप्रवृत्ती असते. लहान असताना आपण मुक्त, रानवट असतो; स्वतःची लाज न वाटता उघडं-नागडं पळतो. आपण खरं बोलतो कारण आपण सत्यात राहतो. वर्तमान क्षणात आपलं लक्ष असतं; आपल्याला भविष्याची काळजी नसते किंवा भूतकाळाची लाज नसते. सुसंस्कृत झाल्यावर आपण इतर सर्वांसाठी चांगलं असण्याचा प्रयत्न करतो, परंतु आपण स्वतःसाठी चांगले राहत नाही कारण आपली परिपूर्णतेची प्रतिमा आपण कधीच प्रत्यक्षात उतरवू शकत नाही.

सुसंस्कृत होण्याच्या प्रक्रियेत आपल्या सर्व सहजप्रवृत्ती हरवून जातात आणि जे हरवलं त्याचा आपण शोध घेऊ लागतो. आपण मुक्ततेचा शोध घेतो कारण आपल्या खऱ्या स्वरूपात असायला आता आपल्याला मोकळीक नसते; आणि आनंदाचा शोध घेतो कारण आता आपण आनंदी नसतो; आपण सौंदर्याचा शोध घेतो कारण आपण सुंदर आहोत यावर आता आपला विश्वास नसतो.

आपली वाढ होत राहते व आपल्या कुमारावस्थेत शरीरात हॉर्मोन हा घटक तयार होण्याची योजना असते. आपलं शरीर आता लहान मुलाचं राहत नाही आणि पूर्वीच्या जीवनशैलीत आपण जुळवून घेऊ

शकत नाही. काय करावं व काय करू नये, आपल्या पालकांकडून ऐकून घेण्याची आपली इच्छा नसते. आपल्याला स्वातंत्र्य हवं असतं; आहोत तसं असायची मोकळीक हवी असते, परंतु त्याचवेळी त्याची भीतीसुद्धा वाटत असते. लोक म्हणतात, आता तू लहान राहिला नाहीस, परंतु आपण प्रौढसुद्धा झालेले नसतो आणि बऱ्याच जणांसाठी हा कठीण काळ असतो. या काळात आपल्याला इतर कुणीही सुसंस्कृत बनविण्याची गरज नसते, कारण आपल्याला शिकविल्या गेलेल्या शिक्षा आणि शाबासकीच्या पद्धतीनुसार आपण स्वतःची चिकित्सा करायला, स्वतःला शिक्षा द्यायला व शाबासकी घ्यायला शिकलेले असतो. व्यक्तीला सुसंस्कृत बनविणं जगाच्या काही भागात सोपं आहे तर काही भागात कठीण आहे. परंतु आपल्यातील कोणाचीही सुसंस्कृतपणापासून सुटका झालेली नाही. अगदी कोणाचीही. शेवटी शरीर परिपक्व होतं व पुन्हा सर्व गोष्टी बदलतात. आपण पुन्हा शोध घ्यायला सुरुवात करतो, परंतु आता आपण अधिकाधिक 'स्व'चा शोध घेऊ लागतो. आपण प्रेमाचा शोध घेतो कारण आपल्याला शिकवलं असतं की, प्रेम आपल्या बाहेर कुठेतरी आहे, आपण न्यायाचा शोध घेतो कारण आपल्याला शिकवल्या गेलेल्या नीतिनियमांमध्ये अजिबात न्याय नसतो; आपण सत्याचा शोध घेत असतो कारण फक्त मनात साठविलेल्या ज्ञानावर आपण विश्वास ठेवतो. आणि नक्कीच आपण अजूनही परिपूर्णतेचा शोध घेत असतो. कारण आता आपण सर्व मानवजातीशी सहमत होतो की कोणीही परिपूर्ण नाही.

२
चिन्हं आणि करार
मानवांची कला

मोठं होत असताना आपण स्वतःशी, समाजाशी, भोवतालच्या सर्वांशी अगणित करार करत असतो. मात्र शिकलेल्या चिन्हांचा अर्थ समजून घेत स्वतःशी केलेले करार सगळ्यात महत्त्वाचे आहेत. आपली स्वतःविषयी काय धारणा आहे, हे ती चिन्हं आपल्याला सांगत असतात; आपण काय आहोत व काय नाही, आपल्याला काय शक्य आहे, काय नाही, हे ती चिन्हं आपल्याला सांगतात. आपल्याला जे काही माहीत आहे ते ज्ञानाचा आवाज आपल्याला सांगत असतो, परंतु आपल्याला जे माहीत आहे ते सत्य आहे हे आपल्याला कोण सांगतं?

आपण शाळा व कॉलेजमध्ये जाऊन भरपूर ज्ञान मिळवितो, परंतु आपल्याला खरं काय माहीत असतं? आपल्याला सत्याचं आकलन होतं का? नाही, आपल्याला भाषेचं, चिन्हांचं आकलन होतं, आणि ती चिन्हं सत्य बनतात कारण आपण अनुमती देतो, ती खरोखर सत्य असतात म्हणून नव्हे. आपण कुठेही जन्मलो असलो, कोणतीही भाषा बोलत असलो, तरीही आपल्याला लक्षात येतं की आपल्याला जे जे ज्ञात आहे ते आपण अनुमती दिल्यामुळे माहीत आहे आणि याची सुरुवात आपण शिकलेल्या चिन्हांपासून होते.

आपण इंग्लंडमध्ये जन्मलो असतो तर आपण इंग्रजी शिकलो

असतो. आपण चीनमध्ये जन्मलो असतो तर चिनी चिन्हं शिकलो असतो. परंतु आपण इंग्रजी, चिनी, स्पॅनिश, जर्मन, रशियन किंवा इतर कोणतीही भाषा शिकलो तरी त्या चिन्हांच्या अर्थाशी आपण सहमत होतो आणि त्या चिन्हांना आपण महत्त्व देतो म्हणून त्यांना महत्त्व असतं. आपण अनुमती दिली नाही तर चिन्हं निरर्थक बनतात. 'झाड' हा शब्द मराठी बोलणाऱ्या व्यक्तींना अर्थपूर्ण वाटतो, परंतु जोपर्यंत आपण 'झाड' या शब्दाला काही अर्थ आहे असा विश्वास ठेवत नाही, तोपर्यंत त्याला अर्थ नसतो. तुला त्याचा जो अर्थ अभिप्रेत आहे तोच मला आहे आणि म्हणूनच आपण एकमेकांना समजून घेऊ शकतो. मी आता जे सांगतोय ते तुम्हाला समजतंय कारण आपल्या मनात साठविलेल्या प्रत्येक शब्दाच्या अर्थाशी आपण सहमत आहोत. परंतु याचा अर्थ असा नव्हे की, आपण पूर्णपणे सहमत आहोत. प्रत्येकजण प्रत्येक शब्दाला एक अर्थ देत असतो आणि तो अर्थ सर्वांसाठी अगदी सारखा नसतो.

एखादा शब्द कसा तयार झाला यावर आपण लक्ष केंद्रित केलं तर आपल्याला आढळेल की आपण त्या शब्दाला तसा अर्थ देण्यामागे खरं कारण नसतं. आपण कुठूनतरी शब्द एकत्र आणतो आणि त्यांची जुळवाजुळव करतो. मानव प्रत्येक आवाजाचा, प्रत्येक अक्षराचा, प्रत्येक आकृतीचा शोध लावतो. आपण 'अ' सारखा आवाज ऐकतो व म्हणतो, 'हे त्या आवाजाचं चिन्ह आहे.' त्या आवाजाचं प्रतीक म्हणून आपण एक आकृती काढतो. तो आवाज व ते चिन्ह यांना एकत्र आणून आपण एक अर्थ देतो. यामुळेच आपल्या मनातील प्रत्येक शब्दाला एक अर्थ असतो. परंतु तो खरा आहे म्हणून नव्हे, सत्य आहे म्हणून नव्हे. तो आपल्याशी व तीच चिन्हं वापरणाऱ्या इतर व्यक्तींशी केलेला फक्त करार आहे.

वेगळी भाषा बोलणाऱ्या देशात प्रवास करताना आपल्याला अचानक कराराचं महत्त्व व सामर्थ्य लक्षात येतं.

झाड हे झाड असतं, सूर्य हा सूर्य असतो, पृथ्वी ही पृथ्वी असते, फक्त आपण अनुमती देतो म्हणून. फ्रान्स, रशिया, टर्की, स्वीडन किंवा

करार वेगळे असणाऱ्या इतर कोणत्याही देशात या चिन्हांना अर्थ नसतो.

इंग्रजी शिकून आपण चीनमध्ये गेलो तर बोलण्याचे आवाज ऐकू येतील, पण लोक काय बोलतायत ते आपल्याला अजिबात समजणार नाही. आपल्याला काहीच अर्थबोध होत नाही कारण ती चिन्हं आपण शिकलो नाही. बऱ्याच गोष्टी आपल्याला अपरिचित असतात. हे म्हणजे अगदी दुसऱ्या जगात असण्यासारखं आहे. आपण त्यांच्या धर्मस्थळांना भेट दिली तर आपल्या लक्षात येतं की त्यांच्या धार्मिक समजुती व धार्मिक विधी अगदी वेगळे आहेत, त्यांच्या पौराणिक कथा आपल्या कथांपेक्षा अगदी भिन्न आहेत. त्यांची संस्कृती समजून घेण्याचा एक मार्ग म्हणजे ते वापरत असलेली चिन्हं म्हणजेच त्यांची भाषा शिकणं, परंतु जर आपण जगण्याची नवीन पद्धत, नवीन धर्म किंवा तत्त्वज्ञान शिकलो तर नवीन ज्ञान व आपलं जुनं ज्ञान यामध्ये मतभेद निर्माण होऊ शकतो. जुन्या नात्याच्या संघर्षातून प्रश्न उभा राहतो : ''बरोबर काय आहे व चूक काय आहे? आधीचं ज्ञान सत्य आहे की आता शिकत असलेले ज्ञान? सत्य काय आहे?''

सत्य हे आहे की आपलं सर्व ज्ञान अगदी शंभर टक्के केवळ चिन्हं किंवा शब्द आहेत. ते आपण शोधून काढलेत. जे जे दिसतंय ते समजून घेण्याच्या व व्यक्त करण्याच्या गरजेपोटी आपल्या मनातील व या पानावरील प्रत्येक शब्द हा फक्त एक चिन्ह आहे परंतु प्रत्येक शब्दाला आपल्या श्रद्धेचं बळ मिळालंय कारण आपण त्याच्या अर्थावर कसलीही शंका न घेता विश्वास ठेवलाय. चिन्हांचा वापर करून माणसं संपूर्ण मानसिकता तयार करतात; आपण ज्ञानाचा संपूर्ण प्रासाद उभा करतो. मग ज्ञानाचा वापर करून जी खरंतर फक्त चिन्हं आहेत, आपण आपल्या मतांचं समर्थन करतो, प्रथम स्वतःला स्पष्टीकरण देण्याचा प्रयत्न करतो, मग भोवतालच्या सर्वांना, आपण ज्या दृष्टिकोनातून स्वतःला पाहतो, त्याच दृष्टिकोनातून संपूर्ण जगाला पाहतो.

आपल्याला याची जाणीव असेल तर आपल्याला हे समजून घेणं सोपं जाईल की जगभरातील सर्व वेगवेगळे धर्म, तत्त्वज्ञानं, पौराणिक

कथा, वेगवेगळ्या समजुती व दृष्टिकोन हे फक्त आपण स्वतःशी व इतरांशी केलेले करार आहेत. ती आपली निर्मिती आहे. परंतु ते सत्य आहेत का? जे जे अस्तित्वात आहे ते सत्य आहे : पृथ्वी खरी आहे, तारे खरे आहेत. संपूर्ण ब्रह्माण्ड हे चिरंतन सत्य आहे, परंतु आपल्याला माहीत असलेलं व्यक्त करण्यासाठी आपण तयार केलेली चिन्हं सत्य आहेत कारण फक्त आपण तसं म्हणतो म्हणून.

***

बायबलमध्ये एक सुंदर गोष्ट आहे ज्यात ईश्वर व मानवाचं नातं उदाहरण देऊन स्पष्ट केलंय. या गोष्टीत ॲडम व ईश्वर हे जगाभोवती एकत्र फेरफटका मारत आहेत आणि प्रत्येक गोष्टीला ॲडमला काय नाव द्यायचं आहे, हे ईश्वर त्याला विचारतो. पाहिलेल्या प्रत्येक गोष्टीला ॲडम एक एक करून नाव देतो. याला आपण 'झाड' म्हणूया, याला आपण 'पक्षी' म्हणूया, याला आपण 'फूल' म्हणूया... आणि ईश्वर अनुमती देतो. ही गोष्ट चिन्हांच्या निर्मितीबद्दल आहे, संपूर्ण भाषेच्या निर्मितीबद्दल आहे आणि ती चिन्ह, भाषा अनुमती दिल्यामुळे चालू राहिलीय.

हे नाण्याच्या दोन बाजूंसारखं आहे : आपण म्हणू शकतो की एक बाजू 'शुद्ध ग्रहण करणे' ही आहे. ॲडम जे ग्रहण करतोय; आणि दुसरी बाजू ॲडम जे ग्रहण करतो त्याला त्याने दिलेला अर्थ ही आहे. एकीकडे ग्रहण करतो ती वस्तू आहे जी सत्य आहे आणि दुसरीकडे सत्याचं आपलं स्पष्टीकरण आहे, जो फक्त एक दृष्टिकोन आहे. सत्य हे वस्तुनिष्ठ आहे आणि आपण त्याला शास्त्र म्हणतो. सत्याचं आपलं स्पष्टीकरण व्यक्तिनिष्ठ आहे आणि आपण त्याला कला म्हणतो. शास्त्र आणि कला; सत्य आणि सत्याचं आपलं स्पष्टीकरण. सत्य ही चैतन्याची निर्मिती आहे आणि ते निरपेक्ष आहे कारण ते सर्वांसाठी सत्य आहे. सत्याचं आपलं स्पष्टीकरण ही आपली निर्मिती आहे आणि ते सापेक्ष सत्य आहे, कारण फक्त आपण अनुमती दिल्यामुळे ते सत्य बनलंय. या जाणिवेतून आपल्याला मानवी मनाचं आकलन व्हायला सुरुवात होऊ शकते.

अखिल मानवजातीत सत्य जाणण्याची अंतर्योजना आहे आणि ते करण्यासाठी आपल्याला भाषेची आवश्यकता नाही. परंतु सत्य व्यक्त करण्यासाठी आपल्याला भाषेची आवश्यकता आहे आणि ते व्यक्तरूप आपली कलाकृती आहे. ते व्यक्तरूप सत्य राहत नाही. कारण शब्द ही चिन्हं आहेत आणि चिन्हं फक्त सत्य दर्शवू शकतात किंवा चिन्हं फक्त प्रतीकात्मक असतात. उदा. झाड हे चिन्ह आपल्याला माहीत नसलं तरी आपण झाड पाहू शकतो. चिन्ह नसेल तेव्हा आपण फक्त वस्तू पाहतो. वस्तू खरी असते. सत्य असते आणि आपण ती पाहू शकतो. जेव्हा आपण तिला झाड म्हणतो, तेव्हा आपण कलेचा वापर करून एक दृष्टिकोन व्यक्त करत असतो. जास्त चिन्हांचा वापर करून आपण झाडाचं वर्णन करू शकतो. प्रत्येक पान, प्रत्येक रंग. आपण म्हणू शकतो ते मोठं झाड आहे, छोटं झाड आहे, सुंदर झाड आहे, कुरूप झाड आहे. परंतु ते सत्य आहे का? नाही, ते झाड तसेच आहे जसे त्याचे वर्णन करण्यापूर्वी ते होते.

झाडाचं आपलं वर्णन झाडाबद्दलच्या आपल्या भावनिक प्रतिक्रियेवर अवलंबून असतं आणि आपली भावनिक प्रतिक्रिया झाडाची प्रतिमा मनामध्ये तयार करण्यासाठी कोणती चिन्हं वापरलीत यावर अवलंबून असते. तुझ्या लक्षात आलं असेल की आपण केलेलं झाडाचं वर्णन हे तंतोतंत सत्य नाही. परंतु आपल्याला होणारं सत्याचं आकलन हे सत्याचं प्रतिबिंब आहे आणि त्या प्रतिबिंबालाच आपण मानवी मन म्हणतो. मानवी मन हे केवळ वस्तुस्थितीचा आभास आहे. ती खरी वस्तुस्थिती नाही. जे खरं आहे ते सत्य आहे. सत्य हे सर्वांसाठी सत्य आहे. परंतु हा वस्तुस्थितीचा आभास ही आपली व्यक्तिगत निर्मिती आहे; ती आपली कलाकृती आहे आणि ती फक्त आपल्यासाठी 'सत्य' आहे.

आपण सर्वजण कलाकार आहोत, अगदी सगळे. प्रत्येक चिन्हं, प्रत्येक शब्द ही छोटी कलाकृती आहे, मला असं वाटतं. कलेचा सर्वांत महान आविष्कार म्हणजे भाषेचा उपयोग करून संपूर्ण आभासी वस्तुस्थिती मनात तयार करणं, जे आपल्याला अंतर्योजनेमुळे शक्य आहे.

आपण तयार केलेली आभासी वस्तुस्थिती सत्याचं स्पष्ट प्रतिबिंब असू शकतं किंवा ती संपूर्ण विपर्यास असू शकते. काहीही असलं तरी ती कलाकृती आहे. आपली निर्मिती आपला व्यक्तिगत स्वर्ग असू शकते किंवा आपला व्यक्तिगत नरक. त्याने काहीही फरक पडत नाही; ती कलाकृती आहे. परंतु सत्य काय आहे आणि आभास काय आहे, या जाणिवेतून आपण जे करू शकतो ते अमर्याद आहे. सत्य 'स्व' सामर्थ्याप्रत, सहज सोप्या जीवनाप्रत घेऊन जातं; सत्याचा विपर्यास अनावश्यक संघर्ष आणि मानवी दुःख याप्रत घेऊन जातो. जागरूकता हा फरक घडविते.

जन्मतः माणसाकडे जागरूकता असते; सत्य जाणण्यासाठी आपला जन्म झालेला आहे. परंतु आपण ज्ञान गोळा करतो आणि जे जाणवतं ते नाकारायला शिकतो. जागरूक न राहण्याचा आपण सराव करतो आणि जागरूक नसण्यात प्रावीण्य मिळवतो. शब्द ही शुद्ध जादू आहे, परंतु आपण ही जादू स्वतःच्या विरोधात, निर्मितीच्या विरोधात, मानवजातीच्या विरोधात वापरायला शिकतो. जागरूक असणं म्हणजे सत्य पाहण्यासाठी आपले डोळे खुले असणं. आपण सत्य पाहतो तेव्हा आपण सर्व गोष्टी आहेत तशा पाहतो, आपला विश्वास आहे तशा नव्हेत. आपली इच्छा आहे तशा नव्हेत. जागरूकतेमुळे हजारो शक्यतांची द्वारं खुली होतात आणि आपणच आपल्या जीवनाचे कलाकार आहोत याची जाणीव असेल तर त्या अनेक शक्यतांमधून आपण एका पर्यायाची निवड करू शकतो.

टॉलटेक ज्ञानाचं मी जे प्रशिक्षण घेतलं तेच ज्ञान मी तुम्हाला देत आहे. नाहुआत (Nahuatl) या भाषेत टॉलटेक शब्दाचा अर्थ 'कलाकार' असा आहे. माझ्या मते टॉलटेक असण्याचा कोणत्याही तत्त्वज्ञानाशी किंवा जगातील कोणत्याही स्थलाशी संबंध नाही. टॉलटेक असणं म्हणजे केवळ एक कलाकार असणं. टॉलटेक हा आत्म्याचा कलाकार आहे आणि कलाकारांना सौंदर्य भावतं. जे सुंदर नाही ते आवडत नाही. आपण उत्तम कलाकार बनलो तर आपली आभासी वस्तुस्थिती हे सत्याचं उत्कृष्ट प्रतिबिंब बनेल आणि आपण या कलेने स्वर्गीय कलाकृती निर्माण करू.

हजारो वर्षांपूर्वी टॉलटेक ज्ञानाने कलाकारांसाठी तीन प्रकारची नैपुण्यं तयार केली : जागरूकतेचं नैपुण्य, परिवर्तनाचं नैपुण्य, प्रेम, प्रेरणा किंवा विश्वास याचं नैपुण्य. ही तीन वेगवेगळी नैपुण्यं फक्त आपल्या आकलनासाठी आहेत, खरंतर ते एकच आहे. सत्य एकच आहे आणि आपण सत्याबद्दल बोलत आहोत. ही तीन नैपुण्यं आपल्याला दुःखातून बाहेर पडायला साहाय्य करतात आणि आपलं खरं स्वरूप, जे आनंद, मुक्तता व प्रेम आहे त्याप्रत परत आणतात.

टॉलटेकला उमगलं होतं की आपण जाणीवपूर्वक किंवा अजाणतेपणी आभासी वस्तुस्थिती निर्माण करत राहणार आहोत. जाणीवपूर्वक केली तर आपण आपल्या निर्मितीचा आनंद घेऊ शकू. आपली आभासी वस्तुस्थिती नेहमीच बदलत असते; आपण त्या बदलाला साहाय्य केलं तरी किंवा विरोध केला तरी. परिवर्तनाच्या या कलेचा सराव केल्याने आपण परिवर्तनाला साहाय्य करतो आणि आपली जादू आपल्या विरोधात वापरण्याऐवजी आनंद व प्रेम व्यक्त करण्यासाठी आपल्या जादूचा उपयोग करतो. जेव्हा आपण प्रेम, प्रेरणा किंवा विश्वास यांत नैपुण्य मिळवितो, जीवनाच्या स्वप्नावर प्रभुत्व मिळवतो आणि तीनही नैपुण्यं साध्य होतात, तेव्हा आपल्याला आपलं ईश्वरत्व पुन्हा प्राप्त होतं आणि आपण ईश्वराशी एक होतो. हे टॉलटेकचं उद्दिष्ट आहे.

टॉलटेककडे आतासारखं प्रगत तंत्रज्ञान नव्हतं; त्यांना संगणकाची आभासी वस्तुस्थिती माहीत नव्हती, परंतु मानवी मनाच्या आभासी वस्तुस्थितीमध्ये नैपुण्य मिळविणं त्यांना माहीत होतं. मानवी मनामध्ये नैपुण्य मिळविण्यासाठी लक्ष (attention) पूर्णपणे ताब्यात असणं आवश्यक आहे. म्हणजेच, आपल्या आतून व बाहेरून ग्रहण केलेल्या माहितीचा आपण कसा अर्थ लावतो व त्याला कशा पद्धतीने प्रतिक्रिया देतो, यावर नियंत्रण असणे. टॉलटेकला उमगलं होतं की आपल्यातील प्रत्येकजण अगदी ईश्वरासारखा आहे. परंतु निर्मिती करण्याऐवजी आपण पुनर्निर्मिती करतो आणि आपण कशाची पुनर्निर्मिती करतो? जे आपण ग्रहण करतो त्याची ती पुनर्निर्मिती मानवी मन बनते.

मानवी मन काय आहे व मानवी मन काय करतं, हे आपल्याला उमगलं की आपण वस्तुस्थिती आभासी वस्तुस्थितीपासून वेगळी करायला सुरुवात करू शकू किंवा 'शुद्ध जाणीव' जे सत्य आहे ते 'चिन्हांपासून' जी कला आहे त्यापासून वेगळं करायला सुरुवात करू शकू. स्व-प्रभुत्व म्हणजे संपूर्ण जागरूकता आणि त्याची सुरुवात 'स्व'च्या जाणिवेपासून होते. प्रथम जे सत्य आहे त्याची जाणीव होणं आणि त्यानंतर आभास म्हणजेच, सत्याबद्दलची आपली समजूत, याची जाणीव होणं. या जाणिवेतून आपल्याला उमगतं की आपली समजूत बदलून जे आभासी आहे ते आपण बदलू शकतो. जे सत्य आहे ते आपण बदलू शकत नाही आणि आपली समजूत काय आहे त्याने 'सत्य'ला काही फरक पडत नाही.

३
तुझी कथा
पहिला करार : अचूक शब्दांचा वापर

हजारो वर्षांपासून मानवाने विश्व, निसर्ग व मानवी स्वरूप जाणून घेण्याचा प्रयत्न केलाय. पृथ्वी या सुंदर ग्रहावर वेगवेगळ्या ठिकाणच्या व वेगवेगळ्या संस्कृतींमधील मानवाचं कृती करताना निरीक्षण करणं विलक्षण आहे. आपण गोष्टी समजून घेण्याचा खूप प्रयत्न करतो, परंतु तसं करताना आपण अनेक गोष्टी गृहीत धरतो. कलाकार असल्याने आपण सत्याचा विपर्यास करतो आणि मोठी मोठी स्पष्टीकरणं तयार करतो; आपण आपल्यासह सर्व गोष्टींबद्दल कथा तयार करतो व समजुती करून घेतो आणि हाच खरंतर महत्त्वाचा मुद्दा आहे : हे सर्व आपण तयार करतो.

निर्मितीचं सामर्थ्य मानवाकडे उपजतच आहे आणि शिकलेले शब्द वापरून आपण सतत कथा तयार करत आहोत. प्रत्येकजण स्वतःचं मत तयार करण्यासाठी, स्वतःचा दृष्टिकोन व्यक्त करण्यासाठी शब्दांचा वापर करत आहे. आपल्या अवतीभोवती अनेक घटना घडत आहेत आणि लक्ष देण्याच्या क्षमतेचा वापर करून या सर्व घटना कथेमध्ये गुंफण्याची शक्ती आपल्यामध्ये आहे. आपण आपल्या आयुष्याची, कुटुंबाची, समाजाची, देशाची, मानवजातीची, संपूर्ण जगाची कथा तयार करतो. आपली प्रत्येकाची एक कथा आहे, जी आपण इतरांना देऊ करतो, असा संदेश जो आपण स्वतःला व आजूबाजूला सर्वांना देतो.

तू संदेश द्यावा अशी अंतर्योजना आहे आणि तो संदेश तयार करणं ही तुझी सर्वांत महान कलाकृती आहे. तो संदेश काय आहे? तुझं जीवन. हा संदेश म्हणजे तू मुख्यतः स्वतःबद्दल कथा तयार करतोस आणि मग तू जे जे ग्रहण करतोस, त्याबद्दल कथा तयार करतोस. तू तुझ्या मनात संपूर्ण वस्तुस्थितीचा आभास निर्माण करतोस व त्या वस्तुस्थितीत राहतोस. तू तुझ्या भाषेत विचार करतोस; ज्या चिन्हांचा तुला अर्थबोध होतो, ती तुझ्या मनात घोळवतोस. तू स्वतःला संदेश देतोस आणि तो तुझ्यासाठी सत्य असतो कारण तुझा तसा विश्वास असतो.

तुझी कथा म्हणजे तुला स्वतःबद्दल माहीत असलेलं सर्वकाही आणि मी जेव्हा असं म्हणतो, तेव्हा मी तुझ्याशी बोलत आहे. तू म्हणजे ज्ञान, तुझी स्वतःबद्दलची समजूत, तुझ्या खऱ्या स्वरूपातील 'तू' नव्हेस. तुझ्या लक्षात आलं असेल. मी तू व 'तू' यामध्ये फरक करतोय, कारण त्यातील एक 'तू' सत्य आहे व एक तू नाही. 'तू' मानव - खरा आहेस; 'तू' सत्य आहेस. तू ज्ञान - तू खरा नाहीस; तू आभास आहेस. स्वतः व भोवतालच्या इतरांनी अनुमती दिल्यामुळे फक्त तू अस्तित्वात आहेस. तुझ्या डोक्यात तू ऐकत असलेली चिन्हं, तुझ्या प्रिय, अप्रिय, परिचित, अपरिचित अशा व्यक्तींची मतं यामुळे तू, (ज्ञान) अस्तित्वात येतोस. तुझ्या डोक्यामध्ये कोण बोलत आहे? तू गृहीत धरतो की तो तू आहेस. पण जर तू बोलत आहेस तर ऐकतंय कोण? तू, ज्ञान, तुझ्या डोक्यामध्ये बोलत आहेस. तू कोण आहेस हे तुला सांगत आहे. 'तू', मानव ऐकत आहेस, परंतु 'तू' मानव ज्ञान मिळविण्यापूर्वीच अस्तित्वात होतास. ती सर्वं चिन्ह समजण्यापूर्वीच, बोलायला शिकण्यापूर्वीच तू अस्तित्वात होतास आणि एखादं लहान मूल बोलायला शिकण्यापूर्वी शुद्ध, अस्सल असतं, त्याप्रमाणे तू होतास. तू जे नाहीस त्याचं ढोंग करत नव्हतास, याची जाणीव नसूनसुद्धा तुझा स्वतःवर पूर्ण विश्वास होता; तुझं स्वतःवर पूर्ण प्रेम होतं. ज्ञान प्राप्त करण्यापूर्वी तुझ्या खऱ्या स्वरूपात असायला तू मुक्त होतास कारण दुसऱ्या व्यक्तींची मतं व कथा तुझ्या डोक्यात शिरल्या नव्हत्या.

तुझ्या डोक्यात ज्ञानाचा साठा आहे, परंतु तू त्या ज्ञानाचा कसा उपयोग करतोयस? स्वतःचं वर्णन करताना तू शब्दाचा कसा उपयोग करतोयस? जेव्हा तू स्वतःला आरशात पाहतोस तेव्हा जे दिसतं, ते तुला आवडतं का? की स्वतःच्या शरीराबद्दल मत तयार करतोस आणि चिन्हांचा वापर करून स्वतःशी खोटं बोलतोस? हे खरोखर सत्य आहे का की तू खूप बुटका आहेस किंवा खूप उंच आहेस. खूप जाडा किंवा खूप बारीक आहेस, हे खरोखर सत्य आहे का की तू सुंदर नाहीस? हे खरोखर सत्य आहे का की तू अगदी आहेस तसा परिपूर्ण नाहीस?

स्वतःबद्दल तयार केलेली मतं तू पाहू शकतोयस का? प्रत्येक मत ही फक्त एक धारणा आहे. तो फक्त एक दृष्टिकोन आहे आणि तो दृष्टिकोन तू जन्माला आलास तेव्हा नव्हता. तू स्वतःबद्दल जो विचार करतो, तुझी स्वतःबद्दल जी समजूत आहे, ती तशी आहे कारण तू ते सर्व शिकलायस. आई, वडील, भावंड व समाज यांच्याकडून तू ती मतं आत्मसात केलीत. शरीर कसं दिसायला हवं, याच्या प्रतिमा त्यांनी तुला दिल्या; तू कसा आहेस, तू कसा नाहीस, तू कसं असायला हवं, याबद्दलची मतं त्यांनी व्यक्त केली. त्यांनी संदेश दिला व तू त्या संदेशाला अनुमती दिलीस आणि आता तू कसा आहेस याबद्दल तुझे अनेक विचार आहेत परंतु ते सत्य आहेत का?

ध्यानात घे की ज्ञान ही खरी समस्या नाही; ज्ञानाच्या विपर्यासावर विश्वास ठेवणं ही समस्या आहे. याला आपण असत्य म्हणतो. सत्य काय आहे आणि असत्य काय आहे? वास्तव काय आहे आणि आभास काय आहे? तू फरक पाहू शकतोस का? की तू तुझ्या डोक्यातील त्या आवाजावर विश्वास ठेवतोस जो प्रत्येक वेळी बोलताना सत्याचा विपर्यास करतो, तरीही तुला खात्री देतो की तू जशी समजूत करून घेतोस, गोष्टी खरोखरच तशा आहेत. तू चांगली व्यक्ती नाही व तू कधीही चांगली व्यक्ती असणार नाही हे खरोखर सत्य आहे का? आनंदी असण्याची तुझी पात्रता नाही हे खरोखर सत्य आहे का? तुझी प्रेमाची योग्यता नाही हे खरोखर सत्य आहे का?

जेव्हा झाड फक्त झाड राहिलं नव्हतं, तो क्षण तुला आठवतोय का? जेव्हा तू भाषा शिकतो तेव्हा तुझ्या ज्ञानानुसार तू झाड समजून घेतो आणि त्याविषयी मत बनवितो. मग तेव्हाच ते झाड सुंदर झाड, कुरूप झाड, भयानक झाड, आश्चर्यकारक झाड बनतं. आणि स्वतःबद्दल तू तेच करतो. तू आपल्या ज्ञानाच्या आधारे स्वतःला समजून घेतो व स्वतःविषयी मत बनवितो. आणि तेव्हाच तू चांगली व्यक्ती, वाईट व्यक्ती, अपराधी, विचित्र, शक्तिवान, दुर्बल, सुंदर, कुरूप बनतो. तुझा जसा विश्वास असतो, तसा तू असतोस. म्हणून पहिला प्रश्न आहे : तू कसा आहेस असा तुझा विश्वास आहे?

तू जागरूक असशील तर तुला तुझ्या सर्व समजुती आणि तू कशा प्रकारे जगतोय ते दिसेल. तू अवगत केलेल्या समजुती तुझ्या जीवनाचं पूर्णपणे नियंत्रण करतात. तू अनुभवत असलेली भावना तुझ्या समजुतीमधून निर्माण होते. तुझी समजूत आहे तसा तू आहेस यावर खरोखरच तुला विश्वास ठेवायचा असेल परंतु तुझी ती प्रतिमा पूर्ण खोटी आहे. ती म्हणजे तू नव्हे.

तुझं खरं स्वरूप अद्वितीय आहे आणि ते तुझ्या ज्ञातापलीकडे आहे कारण तुझं खरं स्वरूप सत्य आहे. तू, मानव सत्य आहेस. तुझं शारीरिक अस्तित्व खरं आहे. तुझी स्वतःविषयीची समजूत खरी नाही आणि ती महत्त्वाची नाही. तुझी कथा उत्तम बनवायची असेल तर मात्र अपवाद आहे. सत्य असो किंवा काल्पनिक, तू निर्माण करत असलेली कथा ही एक कलाकृती आहे. ती अद्भुत कथा आहे, सुंदर कथा आहे परंतु ती केवळ एक कथा आहे आणि चिन्हांचा उपयोग करून सत्याच्या जेवढं जवळ जाता येईल तेवढी ती आहे.

कलाकार म्हणून कलाकृती निर्माण करण्याची गोष्ट किंवा अयोग्य पद्धत नसते; फक्त सौंदर्य असतं किंवा नसतं; आनंद असतो किंवा नसतो. तू कलाकार आहेस असा तुझा विश्वास असेल तर सर्वकाही पुन्हा शक्य होतं. शब्द तुझा रंगाचा ब्रश असतो व तुझं जीवन कॅनव्हास. तू हवं ते रंगवू शकतोस; तू दुसऱ्या कलाकाराच्या कामाची नक्कल करू

शकतोस – परंतु तुझ्या ब्रशने तू जे व्यक्त करतोस तसंच तू स्वतःला संपूर्ण वस्तुस्थितीला पाहतोस. तू जे रंगवतोस ते तुझं आयुष्य असतं आणि तू शब्द कसे वापरतोयस त्यावर आयुष्य कसं दिसतं ते अवलंबून असतं. याची जाणीव झाल्यावर तुला उमगेल की शब्द हे निर्मितीचं एक शक्तिशाली साधन आहे. जेव्हा या साधनांचा तू जाणीवपूर्वक उपयोग करायला शिकतोस, तेव्हा तू शब्दांच्या साहाय्याने इतिहास निर्माण करतोस. कोणता इतिहास? अर्थात तुझ्या जीवनाचा इतिहास, तुझी कथा.

पहिला करार : अचूक शब्द वापर

आता आपण चार करारांपैकी पहिल्या व सर्वांत महत्त्वाच्या कराराशी येऊन पोहोचलोत : अचूक शब्द वापर. शब्द हे तुझ्या निर्मितीचं सामर्थ्य आहे आणि ते सामर्थ्य अनेक प्रकारे वापरता येऊ शकतं. एक मार्ग म्हणजे अचूकता, ज्यामध्ये शब्द एक सुंदर कथा निर्माण करतात – पृथ्वीवरील स्वतःचा स्वर्ग. दुसरा मार्ग म्हणजे शब्दांचा गैरवापर ज्यामध्ये शब्द तुझ्या भोवतालचं सर्वकाही उद्ध्वस्त करतो व तुझ्यासाठी नरक निर्माण करतो.

एक चिन्ह म्हणून शब्दाकडे जादू व निर्मितीचं सामर्थ्य आहे कारण तो शब्द तुझ्या कल्पनाविश्वात एक प्रतिमा, एक कल्पना, एक भावना किंवा एक संपूर्ण कथा पुनर्निर्माण करू शकतो. घोडा हा शब्द फक्त ऐकून तुझ्या मनात घोड्याची पूर्ण प्रतिमा तयार होते. हे चिन्हाचं सामर्थ्य आहे. परंतु शब्द याहून अधिक सामर्थ्यशाली असू शकतात. 'द गॉडफादर' फक्त हे दोन शब्द उच्चारले असता संपूर्ण चित्रपट डोळ्यांसमोर उभा राहू शकतो. ही तुझी जादू आहे. तुझ्या निर्मितीचं सामर्थ्य आहे आणि त्याची सुरुवात शब्दातून होते.

'बायबल' मध्ये असं का म्हटलंय ते कदाचित आता तुला समजेल, ''सुरुवातीला शब्द होता आणि शब्द ईश्वराकडे होता आणि शब्द ईश्वर होता.'' अनेक धर्मांनुसार सुरुवातीला काहीच अस्तित्वात नव्हतं आणि ईश्वराने निर्माण केलेली अगदी पहिली गोष्ट म्हणजे दूत, संदेश देणारा

देवदूत. माहिती एका ठिकाणापासून दुसऱ्या ठिकाणी पोहोचविण्यासाठी कशाचीतरी आवश्यकता आहे हे तुला समजू शकेल. अर्थात अस्तित्वात नसलेल्या एकाकडून दुसरीकडे हे समजून घेणं थोडं गहन आहे परंतु ते त्याचबरोबर अगदी सोपंसुद्धा आहे. सुरुवातीला ईश्वराने शब्द निर्माण केला आणि तो शब्द दूत आहे. जर ईश्वराने संदेश देण्यासाठी शब्द निर्माण केला आणि जर शब्द दूत आहे तर तूदेखील दूत आहेस : देवदूत.

एक ऊर्जा जिला आपण जीवन, प्रेरणा किंवा ईश्वर म्हणू, तिच्यामुळे शब्द अस्तित्वात आहे. शब्द ऊर्जा आहे. प्रेरणा आहे आणि त्यामुळेच आपण कोणतीही भाषा बोलत असलो तर आपली प्रेरणा शब्दातून व्यक्त होते. सर्व गोष्टींच्या निर्मितीमध्ये शब्द खूप महत्त्वाचा आहे कारण दूत संदेश द्यायला सुरुवात करतो आणि शून्यातून संपूर्ण निर्मिती अस्तित्वात येते.

आठवतंय का, ईश्वर व ॲडम एकत्र चालत व बोलत होते? ईश्वर वस्तुस्थिती निर्माण करतो आणि आपण शब्दाच्या साहाय्याने वस्तुस्थिती पुनर्निर्माण करतो. आपण निर्माण केलेली आभासी वस्तुस्थिती हे वस्तुस्थितीचं प्रतिबिंब आहे; ते शब्द साहाय्याने आपण वस्तुस्थितीचं केलेलं स्पष्टीकरण आहे. शब्दाशिवाय काहीही अस्तित्वात येऊ शकत नाही. कारण शब्दाचा उपयोग करून आपण आपल्याला माहीत असलेली प्रत्येक गोष्ट निर्माण करतो.

मी जाणीवपूर्वक सर्व चिन्हं बदलत आहे. म्हणजे तुझ्या लक्षात येईल की व्यक्त रूपं वेगळी असली तरी अर्थ तोच आहे. जगभरातील वेगवेगळ्या संस्कृतींमधील चिन्हं बदलू शकतात परंतु त्याचा अर्थ तोच राहतो. तू त्या चिन्हाच्या मागील प्रेरणा ऐकलीस तर मी काय म्हणतोय ते तुझ्या लक्षात येईल. शब्दाची अचूकता इतकी महत्त्वाची आहे कारण शब्द तू आहेस, दूत आहेस, शब्द म्हणजे तू देतोस तो संदेश आहे, फक्त तुझ्या भोवतालच्या सर्वांना नव्हे, तर तू स्वतःलादेखील देतोस तो संदेश.

तू स्वतःला एक गोष्ट सांगतोयस, परंतु ती खरी आहे का? जर तू शब्दांचा वापर करून स्वतःविषयी मत बनवत व स्वतःला नाकारत

कथा तयार करत असशील, तर तू शब्द स्वतःच्या विरोधात वापरतोयस आणि तू अचूक शब्द वापरत नाहीस. जेव्हा तू अचूक असतोस तेव्हा तू स्वतःला कधीच म्हणत नाहीस, ''मी म्हातारा आहे. मी कुरूप आहे, मी जाडा आहे, मी तितकासा चांगला नाही. मला आयुष्यात कधीच यश मिळणार नाही.'' तू तुझं ज्ञान स्वतःच्या विरोधात वापरणार नाहीस म्हणजे तुझ्या डोक्यातील आवाज तुझ्याबद्दल मतं बनविण्यासाठी, तुला अपराधी ठरविण्यासाठी व तुला शिक्षा देण्यासाठी शब्दाचा उपयोग करणार नाही. तुझं मन इतकं सामर्थ्यशाली आहे की ते मन तू निर्माण केलेली कथा ग्रहण करतं. जेव्हा तू स्वतःबद्दल मत बनवतो, तेव्हा तू आंतरिक संघर्ष निर्माण करतोस, जे एक दुःस्वप्न आहे.

तुझा आनंद तुझ्यावर अवलंबून आहे आणि तू शब्दाचा कसा वापर करतोस त्यावर राग आला असता दुसऱ्याच्या भावना दुखविण्यासाठी तू विषारी शब्द वापरलेस तर वरकरणी असं दिसतं की तू त्या व्यक्तीच्या विरोधात शब्द वापरतोयस, खरंतर ते शब्द तू स्वतःच्या विरोधात वापरतोयस. ही क्रिया तशीच प्रतिक्रिया निर्माण करणार आहे आणि ती व्यक्ती तुझ्या विरोधात जाणार आहे. तू एखाद्याचा अपमान केला तर ती व्यक्ती प्रत्युत्तर म्हणून तुला इजादेखील करू शकेल. शब्दाचा वापर तू संघर्ष निर्माण करण्यासाठी करत असशील, ज्यामध्ये तुझ्या शरीराला इजा होऊ शकते तर नक्कीच शब्द तुझ्या विरोधात आहेत.

अचूक शब्द वापर याचा खरा अर्थ शब्दाचं सामर्थ्य स्वतःच्या विरोधात न वापरणं. जेव्हा तू शब्दाचा अचूक वापर करतोस तेव्हा तू कधीही स्वतःचा विश्वासघात करत नाहीस. तू स्वतःची निंदा करायला शब्दाचा वापर करत नाहीस किंवा इतर व्यक्तींची निंदा करून विष पसरवत नाहीस. निंदा करणं हा मानवी समाजातील संवादाचा एक मुख्य प्रकार आहे आणि आपण अनुमती देत निंदा करायला शिकतो. लहान असताना आपण मोठ्या माणसांना आपापसात निंदा करताना ऐकतो आणि इतर व्यक्तींबद्दल- अगदी ओळखीच्या नसलेल्यासुद्धा- मतं देताना ऐकतो. परंतु आता तुला जाणीव आहे की आपली मतं सत्य

नसतात; तो फक्त एक दृष्टिकोन असतो.

ध्यानात घे, तू तुझ्या जीवनकथेचा लेखक आहेस. तू शब्द अचूकतेने वापरलेस तर कल्पना कर तू स्वतःसाठी कशी कथा निर्माण करशील. सत्य व स्वतःबद्दल प्रेम यासाठी तू शब्द वापरणार आहेस. स्वतःचं व तुझ्या जीवनकथेचं वर्णन करत असताना तुझ्या प्रत्येक विचारातील, कृतीमधील, शब्दामधील सत्य व्यक्त करण्यासाठी तू शब्द वापरणार आहेस आणि त्याचा परिणाम काय होईल? विलक्षण असं सुंदर जीवन याचाच अर्थ तू आनंदी होणार आहेस.

तुझ्या लक्षात आलं असेल- शब्दांच्या अचूकतेला खूप खोल अर्थ आहे. शब्द शुद्ध जादू आहे आणि जेव्हा तू पहिला करार आत्मसात करतोस, तेव्हा तुझ्या आयुष्यात किमया घडते. तुझ्या प्रेरणा व इच्छा-आकांक्षा सहज प्रवाहित होतात कारण कसलाही अडथळा नसतो, भीती नसते; फक्त प्रेम असतं. तू शांत असतोस आणि तू मुक्ततेचं व परिपूर्णतेचं जीवन निर्माण करतोस. हा एक करार तुझ्या आयुष्याचं तुझ्या स्वर्गात परिवर्तन करण्यास पुरेसा आहे. शब्दाचा वापर तू कसा करतोयस, याबद्दल सदैव जागरूक राहा आणि अचूक शब्द वापर.

४

प्रत्येक मन हे एक विश्व आहे

दुसरा करार : कोणतीही गोष्ट व्यक्तिशः घेऊ नकोस

जेव्हा आपला जन्म होतो, तेव्हा आपल्या मनात कोणतीही चिन्हं नसतात, परंतु आपल्याकडे मेंदू असतो व डोळे असतात आणि आपला मेंदू प्रकाशातून आलेल्या प्रतिमा टिपत असतो. प्रथम आपल्याला प्रकाशाची जाणीव होते, आपण प्रकाश ओळखू लागतो आणि प्रकाशाला आपल्या मेंदूने दिलेली प्रतिक्रिया म्हणजे आपल्या कल्पनाविश्वात, आपल्या मनात चाललेला प्रतिमांचा अविरत खेळ. आपण स्वप्न पाहत असतो. टॉलटेकच्या दृष्टिकोनातून आपलं संपूर्ण जीवन एक स्वप्न आहे कारण मेंदूमध्ये दिवसाचे चोवीस तास स्वप्न पाहण्याची अंतर्योजना आहे.

जेव्हा मेंदू जागा असतो, तेव्हा भौतिक चौकट असते. ज्यामुळे मर्यादित कक्षेतील गोष्टी दिसतात; जेव्हा मेंदू झोपलेला असतो तेव्हा चौकट नसते आणि स्वप्नं सारखी बदलत राहतात. मेंदू जागा असतानादेखील आपली दिवास्वप्न पाहण्याची प्रवृत्ती असते आणि ती स्वप्नं बदलत राहतात. कल्पनाविश्व इतकं शक्तिशाली असतं की ते आपल्याला कुठेही घेऊन जातं. आपल्या कल्पनाशक्तीने अशा गोष्टी पाहतो, ज्या दुसरे पाहू शकत नाहीत. आपण अशा गोष्टी ऐकतो, ज्या दुसरे ऐकू शकत नाही नाहीत; किंवा कदाचित आपण ऐकत नाही, आपण कोणत्या प्रकारे स्वप्न पाहतोय यावर ते अवलंबून असतं. पाहत

असलेल्या प्रतिमांना कल्पनाशक्ती गती देते परंतु प्रतिमा फक्त मनात स्वप्नात अस्तित्वात असतात.

प्रकाश, प्रतिमा, कल्पनाशक्ती, स्वप्न पाहणं.... आता स्वप्न पाहत आहेस आणि ही गोष्ट तपासून पाहणं अगदी सोपं आहे. कदाचित तुझ्या लक्षात आलं नसेल की तुझं मन सतत स्वप्न पाहतंय परंतु तू तुझी कल्पनाशक्ती एका क्षणासाठी जरी वापरलीस तर मी काय सांगण्याचा प्रयत्न करतोय ते तुला समजेल. तू आरशात पाहत आहेस अशा कल्पना कर. आरशाच्या आत तुला वस्तूंची दुनिया दिसते परंतु तुला माहीत असतं की तू जे पाहतोयस ते खऱ्या वस्तूंचे फक्त प्रतिबिंब आहे. ते खऱ्यासारखं दिसतं, ते सत्य वाटतं परंतु ते खरं नसतं, ते सत्य नसतं. तू आरशातील वस्तूंना स्पर्श करण्याचा प्रयत्न केलास, तर तू फक्त आरशाच्या पृष्ठभागाला स्पर्श करतोस.

आरशाच्या आत तू जे पाहतोस ती केवळ वस्तुस्थितीची प्रतिमा आहे म्हणजेच ती आभासी वस्तुस्थिती आहे; ते एक स्वप्न आहे आणि हे स्वप्न, मेंदू जागा असताना माणूस पाहतो त्या स्वप्नासारखंच आहे का? कारण तू आरशामध्ये जे पाहतोस ते तुझ्या डोळ्यांच्या व मेंदूच्या क्षमतेनुसार तू तयार केलेल्या वस्तुस्थितीची प्रतिकृती आहे. ती जगाची प्रतिमा असते, जी तू तुझ्या मनात निर्माण करतोस म्हणजेच तुझ्या मनाला वस्तुस्थिती जशी जाणवते तशी कुत्र्याच्या मेंदूला वस्तुस्थिती जशी जाणवते तशी तो आरशात पाहतो. गरुडाच्या मेंदूला वस्तुस्थिती जशी जाणवते, तशी तो त्याच आरशात पाहतो आणि ती तुझ्या वस्तुस्थितीपेक्षा वेगळी असते.

आरशाच्या ऐवजी आता तुझ्या डोळ्यांची कल्पना कर. तुझ्या डोळ्यांच्या बाहेरील हजारो वस्तूंनी परावर्तित केलेला प्रकाश तुझ्या डोळ्यांना दिसतो. जगात सर्वत्र सूर्यप्रकाश पाठवितो आणि प्रत्येक वस्तू तो प्रकाश परावर्तित करते. असंख्य प्रकाशकिरणं सगळीकडून येतात, तुझ्या डोळ्यांत जातात आणि तुझ्या डोळ्यांत वस्तूंच्या प्रतिमा प्रक्षेपित करतात. तुला वाटतं की तू सर्व वस्तू पाहत आहेस परंतु खरंतर तू फक्त

परावर्तित होणारा प्रकाश पाहत आहेस.

तू जे जे पाहतोयस ते खऱ्याचं प्रतिबिंब आहे, अगदी आरशातील प्रतिबिंबाप्रमाणे, एक महत्त्वाचा फरक वगळता. आरशाच्या मागे काहीही नाही परंतु तुझ्या डोळ्यांच्या मागे मेंदू आहे, जो प्रत्येक गोष्टीचा अर्थ लावण्याचा प्रयत्न करतो. प्रत्येक चिन्हाला तू दिलेल्या अर्थानुसार, तुझ्या भाषेच्या रचनेनुसार, तुझ्या मनात साठविलेल्या ज्ञानानुसार तुझा मेंदू तू पाहत असलेल्या प्रत्येक गोष्टीचा अर्थ लावतो. तू पाहतोस ती प्रत्येक गोष्ट तुझ्या संपूर्ण दृष्टिकोनाच्या गाळणीमधून गाळली जाते. आणि तू पाहणाऱ्या प्रत्येक गोष्टीला तुझ्या समजुतीनुसार लावलेल्या अर्थातून जे निर्माण होतं, ते तुझं वैयक्तिक स्वप्न आहे. याचप्रकारे तू तुझ्या मनात संपूर्ण आभासी वस्तुस्थिती निर्माण करतोस.

कदाचित तुझ्या लक्षात आलं असेल की मानवासाठी आपण जे पाहतो त्याचा विपर्यास करणं आपल्यासाठी किती सोपं आहे. जे खरं आहे त्याची प्रतिमा प्रकाश तंतोतंत तयार करतो. परंतु आपण शिकलेली चिन्हं व मतं यांच्या साहाय्याने आपण त्या कथेचं स्वप्न पाहतो आणि आपलं स्वप्न निखळ सत्य आहे या विचाराला अनुमती देतो. खरंच सत्य हे आहे की आपलं स्वप्न सापेक्ष सत्य आहे. सत्याचं प्रतिबिंब आहे, ज्याचा आपल्या स्मृतीमध्ये साठवलेल्या ज्ञानाकडून नेहमीच अर्थाचा अनर्थ केला जातो.

अनेक गुरूंनी असं म्हटलंय की, प्रत्येक मन हे एक विश्व आहे आणि हे खरं आहे. जे जग आपण आपल्या बाहेर पाहतो, ते खरंतर आपल्या आतमध्ये आहे. त्या केवळ आपल्या कल्पनाशक्तीतील प्रतिमा आहेत. ते स्वप्न आहे. आपण सतत स्वप्न पाहत आहोत आणि हे शतकानुशतकं ज्ञात आहे. मेक्सिकोमध्ये टॉलटेकलाच नव्हे तर ग्रीस, रोम, भारत, इजिप्तमध्येदेखील जगभरात लोकांनी म्हटलंय, जीवन हे स्वप्न आहे. प्रश्न हा आहे आपल्याला त्याची जाणीव आहे का?

आपलं मन सतत स्वप्न पाहतंय याची जाणीव नसते तेव्हा आपल्या व्यक्तिगत स्वप्नातील अनर्थासाठी, जीवनातील सर्व दुःखांसाठी बाहेरील

प्रत्येकाला व प्रत्येक गोष्टीला दोष देणं सोपं आहे. जेव्हा आपल्याला जाणीव होते की, आपण स्वतः निर्माण करत असलेल्या स्वप्नांमध्ये राहत आहोत, तेव्हा आपल्या स्वतःच्या उत्क्रांतीमध्ये आपण मोठं पाऊल उचलतो, कारण आता आपण आपल्या निर्मितीसाठी स्वतःला जबाबदार धरतो. आपलं मन सतत स्वप्न पाहत आहे ही जाणीव आपल्याला न आवडणं आपलं स्वप्न बदलण्याची गुरुकिल्ली देते.

तुझ्या जीवनाच्या कथेचं स्वप्न कोण पाहतंय? तुला तुझं जीवन आवडत नसेल, तुझी स्वतःबद्दलची प्रतिमा आवडत नसेल, तर फक्त तूच ती बदलू शकतोस. ते तुझं विश्व आहे. ते तुझं स्वप्न आहे. तुला तुझं स्वप्न आवडत असेल तर उत्तम; प्रत्येक क्षण आनंद उपभोगणं सुरू ठेव. जर तुझं स्वप्न भयानक असेल, त्यात नाट्य व दुःख असेल आणि तुला तुझ्या निर्मितीचा आनंद नसेल तर तू ते बदलू शकतोस. मला खात्री आहे. तुला जाणीव आहे की वेगवेगळा दृष्टिकोन असणाऱ्या हजारो स्वप्नं पाहणाऱ्यांनी या जगात हजारो पुस्तकं लिहिलीत. तुझी कथा यातील कोणत्याही पुस्तकाइतकी मनोरंजक आहे आणि खरंतर अधिक मनोरंजक आहे, कारण तुझी कथा सतत बदलत असते. तू दहा वर्षांचा असताना ज्या पद्धतीने स्वप्न पाहतोस, ते तू पंधरा वर्षांचा असताना किंवा वीस किंवा चाळीस किंवा आता जे स्वप्न पाहतोस त्याहून अगदी वेगळी आहेत.

आज तू ज्या कथेचं स्वप्न पाहतोयस, ते काल पाहत असलेल्या कथेच्या स्वप्नासारखं नाही किंवा अर्ध्या तासापूर्वीच्या कथेच्या स्वप्नासारखंदेखील नाही. प्रत्येक वेळी तुझी कथा तू कोणाला सांगत आहेस, तुझी त्या वेळची शारीरिक व भावनिक स्थिती कशी आहे आणि तुझा त्या वेळचा दृष्टिकोन काय आहे, यानुसार ती कथा बदलते. जरी तू तीच कथा सांगण्याचा प्रयत्न केला, तरी तुझी कथा नेहमीच बदलते. कधीतरी तुझ्या लक्षात येतं की, ती इतर काही नसून केवळ एक कथा आहे. ती वस्तुस्थिती ही आभासी वस्तुस्थिती आहे. ते केवळ स्वप्न आहे. आणि सामूहिक स्वप्न आहे, कारण सर्व मानव एकाचवेळी स्वप्न

पाहत आहेत. मानवजातीचं सामूहिक स्वप्न, या ग्रहाचं स्वप्न, तू जन्म ला येण्यापूर्वी होतं आणि त्यानुसार तू तुझी स्वतःची कलाकृती, तुझी कथा निर्माण करायला शिकलास.

दुसरा करार : कोणतीही गोष्ट व्यक्तिशः घेऊ नकोस.

हे स्वप्न आहे याची जाणीव ठेवून, आपल्या कल्पनाशक्ती, सामर्थ्याचा उपयोग करत एकत्रितपणे स्वप्न निर्माण करून कल्पना कर की तू अतिविशाल अशा मॉलमध्ये आहेस, जिथे शेकडो सिनेमागृह आहेत. तू सभोवताल बघतोस की कोणकोणते चित्रपट चालू आहेत आणि तुझ्या लक्षात येतं की एका चित्रपटात तुझं नाव आहे. केवढं मोठं आश्चर्य! तू सिनेमागृहाच्या आत जातोस आणि ते संपूर्ण रिकामं आहे, अवघी एक व्यक्ती सोडता. व्यत्यय येऊ नये म्हणून, आवाज न करता तू त्या माणसाच्या मागे जाऊन बसतोस, त्याचं तुझ्याकडे लक्षदेखील जात नाही, कारण त्याचं संपूर्ण लक्ष चित्रपटामध्ये आहे.

तू पडद्याकडे पाहतोस आणि किती अद्‌भुत गोष्ट! चित्रपटातील प्रत्येक व्यक्तिरेखा तू ओळखतोस. तुझी आई, तुझे वडील, तुझी भावंडं, तुझी पत्नी, तुझी मुलं, तुझी मित्रमंडळी. मग तू मुख्य व्यक्तिरेखा पाहतोस आणि तो तू आहेस! तू चित्रपटाचा नायक आहेस आणि ती तुझी कथा आहे. तुझ्या पुढे बसलेला माणूस तोदेखील तू आहेस, चित्रपटात तुला काम करताना पाहणारा अर्थात मुख्य व्यक्तिरेखा तू स्वतःला जसं समजतोस तशीच आहे आणि इतर व्यक्तिरेखासुद्धा. कारण तुला तुझी कथा माहीत आहे. काही वेळाने ते सर्व पाहून थोडासा भावुक होतोस आणि दुसऱ्या सिनेमागृहात जायचं ठरवितोस.

या सिनेमागृहातसुद्धा फक्त एक व्यक्ती चित्रपट पाहत आहे आणि तू बाजूला जाऊन बसलास तरी तिच्या लक्षातसुद्धा येत नाही. तू चित्रपट पाहू लागतोस व सर्व व्यक्तिरेखा ओळखतोस परंतु आता तुझी दुय्यम व्यक्तिरेखा असते. ही तुझ्या आईच्या जीवनाची कथा आहे आणि चित्रपट पूर्ण लक्ष देऊन पाहणारी व्यक्ती तीच आहे. मग तुझ्या लक्षात

येतं की तुझ्या चित्रपटातील तुझी आई या व्यक्तिरेखेहून वेगळी आहे. तिच्या चित्रपटात ती स्वतःला अगदी वेगळ्या तऱ्हेने सादर करतेय. प्रत्येकाने तिला अशा तऱ्हेने पाहावं असं तुझ्या आईला वाटतं. तुला समजतं की ते खरंखुरं नाही. ती नाटक करतेय. मग तुझ्या लक्षात येऊ लागतं की, ती स्वतःला तसं समजते आणि हा एक धक्का आहे.

मग तुझ्या लक्षात येतं की, ज्या व्यक्तिरेखेला तुझा चेहरा आहे, तो तुझ्या चित्रपटातील तू नव्हेस. तू स्वतः म्हणतोस, अरे, हा मी नव्हेच, परंतु आता तुला दिसतं की, तुझी आई तुला कसं पाहते, तिची तुझ्याबद्दल काय समजूत आहे आणि ती समजूत तुझ्या स्वतःबद्दल असलेल्या समजुतीपेक्षा फार वेगळी आहे. मग तू तुझ्या वडिलांची व्यक्तिरेखा पाहतोस, तुझी आई त्यांना पाहते तशी आणि ती व्यक्तिरेखा तू त्यांना पाहतोयस त्याहून अगदी वेगळी आहे. तो संपूर्ण विपर्यास आहे आणि इतर व्यक्तिरेखांच्या बाबतीतसुद्धा तिचं आकलन अर्थाचा अनर्थ आहे. तुझी आई तुझ्या पत्नीला कसं समजते, ते पाहून तू आईवर थोडा नाराज होतोस. ती असं कसं करू शकते! तू उठतोस आणि बाहेर पडतोस.

तू पुढच्या सिनेमागृहात जातोस आणि ती तुझ्या पत्नीची कथा आहे. तुझी पत्नी तुला कसं पाहतेय हे आता तुझ्या लक्षात येतं आणि ही व्यक्तिरेखा तुझ्या चित्रपटातील किंवा तुझ्या आईच्या चित्रपटातील तुझ्या व्यक्तिरेखेपेक्षा अगदी वेगळी आहे. तुझी पत्नी तुझ्या मुलांना, तुझ्या कुटुंबाला, तुझ्या मित्रांना काय समजते, ते तू पाहू शकतोस. तुझ्या पत्नीला स्वतःला कसं सादर करायचं आहे, ते तू पाहू शकतोस आणि तू तुझ्या पत्नीला जसं समजतोयस त्याहून ते अगदी भिन्न आहे. मग तू तो चित्रपट सोडून तुझ्या मुलांचा चित्रपट पाहायचं ठरवतोस. तुझी मुलं तुला, त्यांच्या आजोबा-आजीला जसं समजतात ते तुला दिसतं आणि तुझा विश्वास बसत नाही. नंतर तू तुझ्या भावंडांचे, मित्रांचे चित्रपट पाहतोस आणि उमगतं, की प्रत्येकजण आपापल्या चित्रपटातील सर्व व्यक्तिरेखा विपर्यास करत आहेत.

हे सगळे चित्रपट पाहिल्यानंतर तू पुन्हा पहिल्या चित्रपटगृहात तुझा स्वतःचा चित्रपट पाहण्यासाठी परतण्याचं ठरवितोस. तू तुझ्या चित्रपटात स्वतःला भूमिका करताना पाहतोस परंतु पाहतोयस त्यावर आता तुझा विश्वास बसत नाही; तुझा आता स्वतःचा कथेवर विश्वास बसत नाही कारण ती केवळ एक कथा आहे हे तू पाहू शकतोस. आता तुला उमगतं की, आयुष्यभर तू करत असलेलं नाटक व्यर्थ होतं कारण तुला जसं स्वतःला सादर करायचं होतं तसा तू कोणालाच दिसला नाहीस. तुला उमगतं की, तुझ्या चित्रपटात घडणारं नाट्य खरंतर आजूबाजूच्या कुणाच्या लक्षात आलेलं नसतं. हे अगदी स्पष्ट आहे की, प्रत्येकाचं लक्ष आपापल्या चित्रपटावर केंद्रित झालेलं असतं. त्यांच्या चित्रपटगृहात तू शेजारी बसलास तरी त्यांच्या लक्षातदेखील येत नाही! भूमिका करणाऱ्याचं पूर्ण लक्ष त्यांच्या कथेत असतं आणि ते फक्त त्याच वस्तुस्थितीत जगत असतात. ते स्वतःच्या कलाकृतीत इतके रममाण झालेले असतात, की त्यांना स्वतःचं अस्तित्व लक्षातदेखील येत नाही. जे अस्तित्व त्यांचा चित्रपट पाहत आहे.

त्या क्षणी तुझ्यासाठी सर्वकाही बदलतं. काहीही पूर्वीसारखं राहत नाही. कारण आता खरं काय घडतंय ते तू पाहतोस. लोक आपापल्या विश्वात, आपापल्या चित्रपटात, आपापल्या कथेत जगतात. त्या कथेत ते आपला पूर्ण विश्वास ओततात आणि ती कथा त्यांच्यासाठी सत्य असते, परंतु ते सत्य सापेक्ष असतं कारण ते तुझ्यासाठी सत्य नसतं. आता तुझ्या लक्षात येतं की, तुझ्याबद्दलची त्यांची सर्व मतं त्यांच्या चित्रपटातील तुझ्या व्यक्तिरेखेबद्दल आहेत, तुझ्याबद्दल नाहीत. तुझं नाव असलेली व्यक्तिरेखा, ज्याबद्दल ते मत बनवतायत, ती त्यांनी निर्माण केलीय. लोकांना तुझ्याबद्दल जे जे वाटतंय, ते खरंतर त्यांनी तयार केलेल्या तुझ्या प्रतिमेबद्दल वाटत असतं आणि ती प्रतिमा म्हणजे तू नाहीस.

आता स्पष्ट झालंय की, जे लोक तुला खूप आवडतात, ते खरंतर तुला ओळखत, नाहीत आणि तूदेखील त्यांना ओळखत नाहीस. तुझी त्यांच्याबद्दल जी समजूत असते, तेवढंच तू त्यांना ओळखत असतोस.

तू फक्त स्वतः निर्माण केलेली त्यांची प्रतिमा ओळखतोस आणि त्या प्रतिमेचा खऱ्याखुऱ्या व्यक्तीशी काहीही संबंध नसतो. तुला वाटलं होतं की, तू तुझ्या आईवडिलांना, जोडीदाराला, मुलांना, मित्रमंडळींना चांगलं ओळखतोस. सत्य हे आहे की, त्यांच्या विश्वात काय चाललंय, ते काय विचार करतायत, त्यांना काय वाटतंय, ते कसली स्वप्नं पाहतायत, याची तुला जराही कल्पना नाही. सर्वांत आश्चर्याची गोष्ट म्हणजे तुला असं वाटत होतं, की स्वतःला ओळखतोस. मग तू अशा निष्कर्षाप्रत पोहोचतो की तू स्वतःलादेखील ओळखत नाही. कारण तू इतका प्रदीर्घ काळ भूमिका वठवतोयस की, तू जो नाहीस त्याचं नाटक करण्याचं नैपुण्य मिळवलंयस.

या जाणिवेतून तुझ्या लक्षात येईल असं म्हणणं किती हास्यास्पद आहे, माझी पत्नी मला जराही समजून घेत नाही. मला कोणीही समजून घेत नाही. नक्कीच ते समजून घेत नाहीत. तू स्वतःलादेखील समजू शकत नाहीस. तुझं व्यक्तिमत्त्व क्षणाक्षणात बदलत असतं, तू वठवत असलेल्या भूमिकेनुसार, तुझ्या कथेतील इतर व्यक्तिरेखांनुसार, त्या क्षणी तू जे स्वप्न पाहतोयस, त्यानुसार घरी तुझं एक विशिष्ट व्यक्तिमत्त्व असतं. कामाच्या ठिकाणी तुझं व्यक्तिमत्त्व अगदी निराळं असतं. तुझ्या मैत्रिणींबरोबर एक, तुझ्या मित्रांबरोबर दुसरं. परंतु आयुष्यभर तू गृहीत धरतोस की, इतर व्यक्ती तुला चांगलं ओळखतात आणि तुझ्या अपेक्षेप्रमाणे ते वागले नाहीत तर ते तू व्यक्तिशः लावून घेतोस, राग व्यक्त करतोस आणि शब्दाचा वापर करून विनाकारण संघर्ष व नाट्य निर्माण करतोस.

आता हे समजणं सोपं आहे की, माणसामाणसांमध्ये इतका संघर्ष का आहे? जगात लाखो स्वप्न पाहणारे आहेत, ज्यांना जाणीव नाही की प्रत्येकजण आपापल्या विश्वात जगतोय, स्वतःचं स्वप्न पाहत. मुख्य व्यक्तिरेखेच्या दृष्टिकोनातून, जो त्यांचा एकमेव दृष्टिकोन आहे, प्रत्येक गोष्ट त्यांच्याबद्दल असते. जेव्हा दुय्यम व्यक्तिरेखा असं काही बोलतात, जे त्यांच्या दृष्टिकोनाशी सहमत नसतं, तेव्हा त्यांना राग येतो आणि ते आपली बाजू लढवतात. त्यांना दुय्यम व्यक्तिरेखा स्वतःला हव्या तशा

असायला लागतात आणि त्या व्यक्तिरेखा तशा नसतील तर त्यांना खूप दुःख होतं. ते सर्व गोष्टी व्यक्तिशः घेतात. या जाणिवेतून त्यावरील उपाय तुला समजू शकेल आणि तो उपाय अगदी सोपा व तर्कशुद्ध आहे : कोणतीही गोष्ट व्यक्तिशः घेऊ नकोस.

आता दुसऱ्या कराराचा अर्थ अगदी स्पष्ट झाला आहे. या करारामुळे तुला तुझ्या कथेतील इतर व्यक्तिरेखांशी संवाद साधताना सुरक्षाकवच मिळतं. तुला दुसऱ्यांच्या दृष्टिकोनांबद्दल चिंता करण्याची गरज नसते. जेव्हा तुझ्या लक्षात येतं, की दुसरा जे म्हणतोय किंवा करतोय, ते तुझ्याबद्दल नाही, तेव्हा तुझ्याबद्दल कोण खोटंनाटं बोलतंय, तुला कोण दोष देतंय, नाकारतंय, तुझ्या दृष्टिकोनाशी कोण सहमत नाही, याचा तुला फरक पडत नाही. अफवा, बदनामी याचा तुझ्यावर परिणाम होत नाही. तू तुझ्या दृष्टिकोनाचं समर्थनदेखील करत नाहीस. तू कुत्र्यांना भुंकू देतोस आणि ते भुंकतातच म्हणून काय झालं? लोक बोलतात त्याचा तुझ्यावर परिणाम होत नाही कारण त्यांची मतं व त्यांचं भावनिक विष यासाठी तुझ्याकडे सुरक्षाकवच असतं. हिंस्र प्राणी म्हणजे अशा व्यक्ती ज्या बदनामी करून दुसऱ्याला दुःख देतात आणि ज्या व्यक्ती दुसऱ्याचा वापर करून स्वतःला दुःख करून घेतात, त्यांच्यापासून तू सुरक्षित आहेस.

कोणतीही गोष्ट व्यक्तिशः घेऊ नकोस. हे मानवजातीत आपापसात संवाद साधण्याचं एक सुंदर साधन आहे. आणि तो वैयक्तिक स्वातंत्र्याचा मार्ग खुला करतो कारण तुला तुझं जीवन जगण्यासाठी इतरांची मतं लक्षात घेण्याची गरज नसते. हे खरोखरच तुला मुक्त करतं! तुला हवं ते तू करू शकतोस अशा जाणिवेतून, की तू जे करतोस त्याचा संबंध इतर कोणाशी नसून फक्त तुझ्याशी आहे. तुझ्या कथेमधील ज्या एकमेव व्यक्तीला महत्त्व देण्याची गरज असते ती म्हणजे तू. ही जाणीव सर्वकाही बदलते. ध्यानात घे, सत्याची जाणीव ही स्वसामर्थ्याची पहिली पायरी आहे आणि तू आता तेच करतोयस. तुला सत्याची आठवण करून दिली जातेय.

आता तुला उमगलंय, आता तुला जाणीव झालीय, मग यापुढे तू कोणतीही गोष्ट व्यक्तिशः कशी घेशील? जेव्हा तुला उमगतं, की प्रत्येकजण आपापल्या विश्वात, आपापल्या चित्रपटात, आपापल्या स्वप्नात जगत आहे, तेव्हा दुसरा करार साहजिक आहे : कोणतीही गोष्ट व्यक्तिशः घेऊ नकोस.

५

सत्य की कल्पना

तिसरा करार : गृहीत धरू नकोस

शेकडो, अगदी हजारो वर्षांपासून मानवाची अशी समजूत आहे की, मानवी मनात संघर्ष आहे. चांगलं आणि वाईट यांतील संघर्ष, परंतु हे खरं नाही. चांगलं आणि वाईट हे केवळ संघर्षाचे परिणाम आहेत कारण खरा संघर्ष सत्य व असत्य यामध्ये आहे. कदाचित आपल्याला असं म्हणायला हवं की सर्व संघर्ष असत्याचा परिणाम आहे कारण सत्यामध्ये संघर्ष नसतो. सत्याला स्वतःला सिद्ध करण्याची गरज नसते; आपला विश्वास असो वा नसो, ते अस्तित्वात असतं. आपण निर्माण केलं तरच असत्य अस्तित्वात येतं आणि आपण त्यात विश्वास ठेवला तरच ते तग धरतं. असत्य म्हणजे शब्दाचा विपर्यास आहे, संदेशातील अर्थाचा अनर्थ आहे आणि तो विपर्यास प्रतिबिंबात, मानवी मनात असतो. असत्य खरंखुरं नसतं - ती आपली निर्मिती असते - परंतु आपण त्याला जीवन देतो आणि आपल्या मनातील आभासी वस्तुस्थितीमध्ये त्याला खरं बनवतो.

मी कुमार अवस्थेत असताना माझ्या आजोबांनी हे साधंसं सत्य सांगितलं, परंतु ते खरोखर उमगायला मला अनेक वर्षं लागली, कारण मी नेहमी असा विचार करायचो, ''आपल्याला सत्य कसं उलगडू शकेल?'' सत्य समजून घेण्याच्या प्रयत्नात मी चिन्हांचा वापर करत होतो आणि

खरं सत्य हे होतं की, चिन्हांचा व सत्याचा काहीही संबंध नाही. मानवाने चिन्ह निर्माण करण्याच्या फार पूर्वीपासून सत्य अस्तित्वात आहे.

कलाकार असल्याने आपण नेहमीच चिन्हांचा वापर करून सत्याचा विपर्यास करतोय परंतु समस्या ती नाही. आधी म्हटल्याप्रमाणे समस्या ही आहे की, आपण त्या विपर्यासावर विश्वास ठेवतो कारण काही असत्यं निरागस असली तरी काही भयानक आहेत. शब्दाचा वापर करून एका खुर्चीबद्दल आपण कथा, अंधश्रद्धा कशी निर्माण करू शकतो हे आता पाहूया. एखाद्या खुर्चीबद्दल आपल्याला काय माहिती आहे? आपण म्हणू शकतो की खुर्ची लाकडाची, धातूची किंवा कापडाची बनली आहे परंतु असं म्हणताना आपण चिन्हांचा वापर करून फक्त एक दृष्टिकोन व्यक्त करत असतो. सत्य हे आहे की आपल्याला ती वस्तू काय आहे, हे खरं माहीत नाही. परंतु जाणकार असल्याप्रमाणे आपण त्या शब्दाचा उपयोग करून स्वतःला व इतरांना संदेश देऊ शकतो : ही खुर्ची खराब आहे, मला ती आवडत नाही.

या संदेशात अर्थाचा अनर्थ झालाय परंतु ही तर सुरुवात आहे. आपण म्हणू शकतो, ही मूर्ख खुर्ची आहे आणि मला वाटतं, यावर जो बसेल तो मूर्ख होईल. मला वाटतं, ही खुर्ची नष्ट करायला हवी कारण कोणी बसल्यावर ती मोडली तर ती व्यक्ती खाली पडून तिचं हाड मोडेल. हो, खरंच ती खुर्ची दुष्ट आहे. या खुर्चीच्या विरोधात कायदा करायला हवा म्हणजे सर्वांना समजेल, की ती समाजाला घातक आहे. यापुढे या दुष्ट खुर्चीच्या जवळ जायला मनाई आहे!

आपण असा संदेश दिल्यावर संदेश मिळालेल्या व्यक्तीने सहमती दिली तर त्याला या दुष्ट खुर्चीची भीती वाटू लागते. लवकरच काही व्यक्तींना खुर्चीची इतकी भीती वाटते, की त्यांना भयानक स्वप्नं पडू लागतात. दुष्ट खुर्ची त्यांचं मन व्यापून टाकते आणि खुर्चीने त्यांचा नाश करण्यापूर्वी नक्कीच त्यांना खुर्चीचा नाश करावा लागतो.

तू पाहिलंस का शब्दाचं आपण काय करू शकतो? खुर्ची ही केवळ एक वस्तू आहे. ती अस्तित्वात आहे आणि हे सत्य आहे. परंतु

त्या खुर्चीबद्दल आपण जी कथा रचतो ती सत्य नसून अंधश्रद्धा आहे. तो चुकीचा अर्थ लावलेला संदेश आहे आणि तो संदेश असत्य आहे. त्या असत्यावर आपण विश्वास ठेवला नाही तर समस्या नाही. आपण त्या असत्यावर विश्वास ठेवून ते असत्य दुसऱ्यांवर लादण्याचा प्रयत्न केला तर तो दुष्टपणा ठरेल. अर्थात आपण ज्याला दुष्टपणा म्हणतो, त्याच्या अनेक पातळ्या आहेत, आपल्या वैयक्तिक सामर्थ्यानुसार काही व्यक्ती संपूर्ण जगाला महायुद्धासाठी प्रवृत्त करू शकतात. ज्यात लाखो माणसं मृत्युमुखी पडतात. जगभरात अनेक जुलूमशहा आहेत, जे इतर राष्ट्रांवर स्वारी करून तेथील लोकांची कत्तल करतात कारण जुलुमशहा असत्यावर विश्वास ठेवतात.

आता आपल्याला सहज समजू शकतंय की, मानवी मनात संघर्ष का आहे आणि फक्त मानवी मनात - आभासी वस्तुस्थिती - आहे कारण निसर्गामध्ये इतरत्र संघर्ष अस्तित्वात नाही. लाखो माणसं त्यांच्या मनात सर्व चिन्हांचा विपर्यास करतात आणि चुकीचा संदेश देतात. मानवजातीच्या बाबतीत खरंतर हे घडलंय. सगळी युद्ध का घडतायत, अन्याय व हिंसाचार का होतायत? स्वप्न ज्याला आपण नरक म्हणतो ते मानवी जगात का अस्तित्वात आहे, या प्रश्नांचं हे उत्तर आहे असं मला वाटतं. नरक म्हणजे इतर काही नसून असत्याने भरलेलं स्वप्न आहे.

ध्यानात घे, आपल्या समजुतींचा आपल्या स्वप्नावर पगडा असतो आणि आपल्या समजुती सत्य असू शकतात किंवा काल्पनिक असू शकतात. सत्य आपल्याला आपल्या सच्चेपणाप्रत, आनंदाप्रत घेऊन जातं. असत्य आपल्याला मर्यादितपणा, दुःख व नाट्य याप्रत घेऊन जातं. जो सत्यावर विश्वास ठेवतो, तो स्वर्गात जगतो. जो असत्यावर विश्वास ठेवतो तो नरकात जगतो. स्वर्गात किंवा नरकात जाण्यासाठी मरायची गरज नाही. स्वर्ग व नरक दोन्हीही आपल्या सभोवताली आहे. स्वर्ग एक दृष्टिकोन, मनाची स्थिती आहे आणि नरकसुद्धा. हे स्पष्टच आहे की, आपल्या डोक्यात चालणाऱ्या प्रत्येक नाटकाची सूत्र असत्याकडे आहेत. माणसं असत्य निर्माण करतात आणि मग ती असत्य माणसांचा ताबा

घेतात. परंतु कधी न कधी सत्याचं आगमन होतं आणि सत्य अस्तित्वात असताना असत्य तग धरू शकत नाही.

शेकडो वर्षांपूर्वी लोकांचा असा विश्वास होता की, पृथ्वी सपाट आहे. काहींचं मत होतं, पृथ्वीला हत्तींनी आधार दिलाय ज्यामुळे त्या लोकांना सुरक्षित वाटत होतं. बरं झालं. आपल्याला माहीत आहे, पृथ्वी सपाट आहे. आता आपल्याला माहीत आहे की पृथ्वी सपाट नाही! पृथ्वी सपाट आहे ही समजूत सत्य मानली गेली होती आणि जवळजवळ सर्वांनी याला अनुमती दिली, परंतु त्यामुळे ते सत्य ठरलं का?

हल्लीच्या काळात आपण ऐकलेलं सगळ्यात मोठं असत्य म्हणजे : कुणीही परिपूर्ण नाही. आपल्या वागण्याचं समर्थन करण्यासाठी ही एक चांगली सबब आहे आणि सर्वजण सहमत होतात. परंतु ते सत्य आहे का? खरंतर या जगातील प्रत्येक माणूस परिपूर्ण आहे. परंतु आपण हे असत्य लहानपणापासून ऐकत आलोय आणि परिणामी आपण स्वतःची तुलना परिपूर्णतेच्या प्रतिमेशी करत आलोय. आपण परिपूर्णतेचा शोध घेत राहिलोत आणि आपल्याला दिसून आलंय की, मानव वगळता विश्वातील सर्व काही परिपूर्ण आहे. सूर्य निर्दोष आहे, तारे निर्दोष आहेत, ग्रह निर्दोष आहेत परंतु मानवाच्या बाबतीत मात्र कुणीही परिपूर्ण नाही. सत्य असं आहे की, सृष्टीतील सर्व काही परिपूर्ण आहे, अगदी मानवासहित.

हे सत्य पाहण्याइतकी जागरूकता आपल्यात नाही. कारण असत्याने आपल्याला आंधळं केलंय. तू म्हणू शकशील, शारीरिक व्यंग असलेल्या एखाद्या व्यक्तीचं काय? ती व्यक्ती परिपूर्ण आहे का? तुला असलेल्या माहितीनुसार जी व्यक्ती परिपूर्ण नसेल परंतु जे तुला माहीत आहे ते सत्य आहे का? आपण ज्याला व्यंग किंवा आजार म्हणतो, ते परिपूर्ण नाहीत असं कोण म्हणतं?

आपलं सगळं निर्दोष आहे- अगदी आपलं व्यंग किंवा आजारदेखील. एखादी मंदमती व्यक्ती परिपूर्ण आहे; बोट, कान, हात-पाय नसलेली व्यक्ती परिपूर्ण आहे; आजार असलेली व्यक्ती

परिपूर्ण आहे. फक्त परिपूर्णता अस्तित्वात आहे आणि याची जाणीव ही आपल्या उत्क्रांतीमधील महत्त्वाची पायरी आहे. तसं न म्हणणं म्हणजे आपल्या खऱ्या स्वरूपाची जाणीव नसणं. आणि आपण परिपूर्ण आहोत असं म्हणणं पुरेसं नाही; आपण परिपूर्ण आहोत असा विश्वास असायला हवा. आपण परिपूर्ण नाही अशी आपली समजूत असेल, तर हे असत्य स्वतःला बळकट करण्यासाठी अनेक असत्य जमा करतं आणि ती सगळी असत्यं एकत्र येऊन सत्याला दडपून टाकतात आणि आपल्या आपण स्वतःसाठी निर्माण केलेल्या स्वप्नाचं मार्गदर्शन करतात. असत्य हे इतर काही नसून अंधश्रद्धा आहेत आणि मी खात्रीने सांगू शकतो की आपण अंधश्रद्धेच्या जगात जगत आहोत. परंतु आपल्याला त्याची जाणीव आहे का?

कल्पना कर, की उद्या सकाळी तुला चौदाव्या शतकातील युरोपामध्ये जाग आलीय; तुला आता जी माहिती आहे, आज ज्या समजुती आहेत त्या एकविसाव्या शतकातील असल्यासारख्याच आहेत. ते लोक तुला काय समजतील, तुझ्याबद्दल काय मतं बनवतील, याची कल्पना कर. रोज स्नान केल्याबद्दल तुला दोषी ठरवतील. तुझ्या समजुतीमुळे त्यांच्या समजुतींना धोका उद्‌भवेल. लवकरच ते तुला जादूटोणा करणारा समजतील. ते तुझा छळ करतील, तू जादूटोणा करणारा आहेस अशी कबुली घेतील आणि शेवटी तुझ्या समजुतींना घाबरून तुला ठार मारतील. तुझ्या सहज लक्षात येईल की, त्या लोकांचं आयुष्य अंधश्रद्धेमध्ये आकंठ बुडालं होतं. त्यांच्या बहुतेक समजुती खोट्या होत्या आणि तुझ्या आत्ताच्या समजुतीमुळे तू हे सहज पाहू शकतोस. परंतु त्या लोकांना स्वतःच्या अंधश्रद्धांची जाणीव नव्हती. त्यांची जीवनपद्धती त्यांना गैर वाटत नव्हती; त्यांना सुधारणा माहीत नव्हती, कारण ते दुसरं काही शिकलेच नव्हते.

मग कदाचित पूर्वीच्या काळातील त्या लोकांच्या समजुतींप्रमाणे तुझी स्वतःविषयीची समजूत पूर्णपणे अंधश्रद्धा आहे. सात-आठ शतकांनंतरचे लोक आजच्या आपल्या स्वतःबद्दलच्या समजुती पाहू शकतायत,

अशी कल्पना कर. अगदी सातशे वर्षांपूर्वी इतकं नसलं तरी आपलं आपल्या शरीराशी असलेलं नातं प्राथमिक अवस्थेतच आहे. आपलं शरीर आपल्याशी पूर्णपणे प्रामाणिक आहे. परंतु आपण शरीराविषयी मतं बनवितो आणि त्याचा गैरवापर करतो; आपण त्याला शत्रूसारखं वागवतो, तरी ते आपल्याला सहकार्य करतं. आपल्या समाजात दूरदर्शन, चित्रपट, फॅशनविषयक नियतकालिकं या प्रसारमाध्यमातून दिसणाऱ्या प्रतिमांसारखं आकर्षक दिसण्याला फार महत्त्व दिलं जातं. जेव्हा आपली समजूत होते, की आपण त्या प्रतिमांइतके आकर्षक नाही, तेव्हा आपली समजूत खोटी असते आणि आपण शब्द आपल्या विरोधात, सत्याच्या विरोधात वापरत असतो.

प्रसारमाध्यमांवर वर्चस्व असणाऱ्या व्यक्ती आपल्याला कशावर विश्वास ठेवावा, पोषाख कसा असावा, आहार काय असावा, याबद्दल सांगतात आणि लोकांना कळसूत्री बाहुल्यांप्रमाणे आपल्या तालावर नाचवतात. एखाद्याबद्दलचं आपलं मत कलुषित करायचं असेल तर ते सगळीकडे अफवा पसरवतात व असत्य त्याची जादू करतं. कळसूत्री बाहुली होणं थांबवल्यावर आपल्या लक्षात येतं की असत्य व अंधश्रद्धा आपल्या आयुष्याला चुकीच्या मार्गावर नेत होत्या. कल्पना करा, भविष्यातील मानव आपल्या अंधश्रद्धांबद्दल काय विचार करतील? सृष्टीमध्ये मानवासह सर्वकाही परिपूर्ण आहे असा जर त्यांचा विश्वास असेल, तर या समजुतींमुळे तुम्ही त्यांना सुळावर चढवणार का?

सत्य काय व असत्य काय? जागरूकता महत्त्वाची आहे कारण शब्दांबरोबर, ज्ञानाबरोबर सत्य येत नाही. परंतु असत्य येतं आणि हजारो असत्य आहेत. मानव अनेक असत्यांवर विश्वास ठेवतो कारण आपण जागरूक नाही. आपण सत्याकडे दुर्लक्ष करतो किंवा सत्य आपल्याला दिसत नाही. मोठं होत असताना आपण भरपूर ज्ञान गोळा करतो आणि हे सगळं ज्ञान आणि अगदी धुक्याच्या पडद्यासारखं असतं ज्यामधून आपल्याला सत्य, जे खरोखर आहे ते दिसू शकत नाही. आपल्याला जे पाहायचं आहे तेच आपण पाहतो; आपल्याला जे ऐकायचं आहे,

तेच आपण ऐकतो. आपला दृष्टिकोन आरशाप्रमाणे आहे आणि आपण ज्यावर विश्वास ठेवतो त्याच गोष्टी तो आपल्याला दाखवितो.

मोठं होत असताना आयुष्यभर आपण इतक्या असत्य गोष्टी शिकतो, की त्या असत्यांची पूर्ण रचनाच खूप गुंतागुंतीची बनते. आणि आपण ती अधिक गुंतागुंतीची बनवितो. कारण आपण विचार करतो आणि आपण जो विचार करतो त्यावर विश्वास ठेवतो. आपण असं गृहीत धरतो. आपण ज्यावर विश्वास ठेवलाय ते संपूर्ण सत्य आहे. आणि आपण थोडं थांबून ध्यानात घेत नाही, की आपलं सत्य हे सापेक्ष सत्य, आभासी सत्य आहे. खरंतर ते सत्याच्या जवळपासदेखील नसतं, परंतु जागरूकतेच्या अभावी आपण तितकेच जवळ जाऊ शकतो.

तिसरा करार : गृहीत धरू नकोस

आता आपण तिसऱ्या कराराशी पोहोचलो आहोत : गृहीत धरू नकोस. गृहीत धरणं म्हणजे समस्या ओढावून घेणं. कारण बहुतेक गृहीतं सत्य नसतात; ती काल्पनिक असतात. आपण धरलेलं एक मोठं गृहीत म्हणजे आपल्या आभासी वस्तुस्थितीतील सर्व गोष्टी सत्य आहेत. आपण धरलेलं अजून एक मोठं गृहीत म्हणजे प्रत्येकाच्या आभासी वस्तुस्थितीमधील प्रत्येक गोष्ट सत्य आहे. परंतु आता तुमच्या लक्षात आलं असेल की कोणतीच आभासी वस्तुस्थिती सत्य नाही!

जागरूक राहून आपल्याला आपली सर्व गृहीतं सहज पाहता येऊ शकतील आणि ती गृहीतं तयार करणं किती सोपं आहे, हेदेखील पाहता येऊ शकेल. मानवाकडे अतिशय सामर्थ्यशाली कल्पनाशक्ती आहे आणि अशा अनेक संकल्पनांची, कथांची आपण कल्पना करू शकतो. आपण आपल्या डोक्यातील चिन्हांचं संभाषण ऐकतो. इतर लोक काय करत आहेत, ते काय विचार करत आहेत, ते आपल्याबद्दल काय बोलत आहेत, याची आपण कल्पना करू लागतो आणि आपल्या कल्पनाविश्वात स्वप्न पाहू लागतो. आपण संपूर्ण गोष्ट रचतो जी फक्त आपल्यासाठी सत्य असते परंतु आपण त्यावर विश्वास ठेवतो. एका गृहीत म्हणून दुसरं

गृहीत तयार होतं; आपण लगेचच निष्कर्षाप्रत पोहोचतो आणि आपण आपली कथा व्यक्तिशः लावून घेतो. मग आपण इतरांना दोष देतो आणि आपल्या गृहीतांचं, मतांचं समर्थन करण्याच्या प्रयत्नात खोटंनाटं, अफवा पसरवू लागतो. यामुळे विपर्यासाचा अजून मोठा विपर्यास तयार होतो.

गृहीत धरणं व ते व्यक्तिशः लावून घेणं ही या जगातील नरकाची सुरुवात आहे. आपले संघर्ष यामुळेच घडतात आणि याचं कारण समजून घेणं सोपं आहे. गृहीत म्हणजे आपण स्वतःला सांगत असलेली असत्ये आहेत. ज्यामुळे विनाकारण मोठं नाट्य निर्माण होतं, कारण खरंतर आपल्याला एखादी गोष्ट सत्य आहे किंवा नाही, हे माहीत नसतं. गृहीत धरणं म्हणजे नाट्य घडत नसताना नाट्य शोधणं आणि दुसऱ्यांच्या कथेत नाट्य घडत असेल तर काय होतं? ती तुझी कथा नाही. ती इतर कुणाची तरी कथा आहे.

ध्यानात घे, तू स्वतःला सांगत असलेली जवळजवळ प्रत्येक गोष्ट गृहीत आहे. तू पालक असलास तर मुलांच्याबाबतीत काही गोष्टी गृहीत धरणं अगदी सोपं आहे. मध्यरात्र झालीय आणि तुझी मुलगी अजून घरी आली नाही. ती पार्टीसाठी बाहेर गेली आहे. परंतु आत्तापर्यंत यायला हवी होती असं तुला वाटतंय. तू वाईट कल्पना करू लागतोस; तू गोष्टी गृहीत धरू लागतोसः अरे बापरे! तिला काही झालं असेल तर? पोलिसांना बोलवावं का? तू अनेक गोष्टींची कल्पना करू शकतोस आणि सर्व शक्यतांचं नाट्य तुझ्या डोक्यात उभं करतोस. दहा मिनिटांतच तुझी मुलगी हसत हसत घरी येते. जेव्हा सत्याचं आगमन होतं आणि सर्व असत्ये नाहीशी होतात, तेव्हा तुझ्या लक्षात येतं की, तू विनाकारण क्लेश करून घेतलेस. गृहीत धरू नकोस.

कोणतीही गोष्ट व्यक्तिशः न घेतल्यामुळे तुला इतर व्यक्तींशी संवाद साधताना सुरक्षाकवच मिळतं तर गोष्टी गृहीत न धरल्यामुळे तुला स्वतःशी, ज्याला आपण विचार करणं म्हणतो, त्या ज्ञानाच्या आवाजाशी संवाद साधताना सुरक्षाकवच मिळतं. गृहीत धरणं म्हणजे फक्त विचार करणं. आपण खूप विचार करतो आणि विचारातून गोष्टी गृहीत धरल्या

जातात असं असतं तर? असा फक्त विचार आपल्या आयुष्यात मोठं नाट्य तयार करतो. प्रत्येक माणूस खूप विचार करू शकतो आणि विचारातून भीती निर्माण होते. या सर्व विचारांवर, आपण डोक्यामध्ये विपर्यास करत असलेल्या सर्व चिन्हांवर आपला ताबा नसतो. आपण विचार थांबविले तर आपण स्वतःला स्पष्टीकरण देण्याचा प्रयत्न करणार नाही आणि त्यामुळे गोष्टी गृहीत धरणार नाही.

मानवाला प्रत्येक गोष्ट समजून घेण्याची, स्पष्टीकरण मिळविण्याची गरज भासते, आपल्याला ज्ञान मिळविण्याची गरज असते आणि जाणून घेण्याच्या गरजेची पूर्तता करण्यासाठी आपण गोष्टी गृहीत धरतो. ते ज्ञान सत्य आहे की असत्य, हे आपल्याला महत्त्वाचं नसतं. सत्य किंवा काल्पनिक, आपल्या समजुतीवर आपण शंभर टक्के विश्वास ठेवतो आणि ठेवत राहतो, कारण ज्ञान असल्यामुळे आपल्याला सुरक्षित वाटते. अशा अनेक गोष्टी आहेत ज्याचं मनाकडे स्पष्टीकरण नाही; असे अनेक प्रश्न आहेत ज्यांची उत्तरं हवी आहेत. परंतु एखादी गोष्ट माहीत नसताना प्रश्न विचारण्याऐवजी आपण अनेक गोष्टी गृहीत धरतो. आपण प्रश्न विचारले तर गोष्टी गृहीत धराव्या लागणार नाहीत. प्रश्न विचारून शंका दूर करणं नेहमीच बरं.

आपण गोष्टी गृहीत धरल्या नाहीत तर आपण सत्यावर लक्ष केंद्रित करू शकू आणि आपल्याला जे सत्य वाटतं त्यावर नव्हे. मग आपल्याला जीवन जसं आहे तसं दिसतं, आपली इच्छा आहे तसं नव्हे. आपण पाहणार आहोत की, आपल्या गृहीतांवर विश्वास ठेवला नाही तर आपल्या समजुतीमध्ये आपण गुंतवलेलं सामर्थ्य आपल्याला परत मिळेल. ही ऊर्जा परत मिळाल्यावर तिचा उपयोग करून आपण नवीन स्वप्नं निर्माण करू शकतो : आपला वैयक्तिक स्वर्ग गृहीत धरू नकोस.

६
समजुतींमधील सामर्थ्य
सॅन्टाक्लॉजचं चिन्ह

तुझ्या आयुष्यात असा काळ होता जेव्हा तुझ्या समजुतींचं सामर्थ्य पूर्णपणे तुझ्याकडे होतं परंतु समाजाचा भाग बनण्यासाठी तुला शिक्षण दिलं गेलं तेव्हा तुझ्या समजुतींचं सामर्थ्य तू शिकलेल्या सर्व चिन्हांमध्ये वाटलं गेलं आणि पुढे एका टप्प्यावर चिन्हांनी तुझ्यावर वर्चस्व मिळवलं. खरंतर तुझ्या समजुतींचं सामर्थ्य तुला माहीत असलेल्या सर्व गोष्टींमध्ये वाटलं गेलं आणि तेव्हापासून तुला माहीत असलेल्या सर्व गोष्टी तुझ्या आयुष्यावर हुकमत गाजवत आहेत. अर्थात लहान असताना आपल्यावर इतर सर्व व्यक्तींच्या समजुतींचा प्रभाव असतो. चिन्हांचा शोध अद्भुत आहे. परंतु रूढ असलेल्या मतांच्या व समजुतींच्या साहाय्याने आपल्याला चिन्हांची ओळख करून दिली जाते. प्रत्येक मत सत्य आहे किंवा नाही, हे जाणून न घेताच आपण ते आत्मसात करतो आणि समस्या अशी आहे की, मोठं होत असताना आपण ऐकत आलेल्या मतांच्या साहाय्याने एखाद्या भाषेवर नैपुण्य मिळवितो, तोपर्यंत चिन्हांनी आपल्या समजुतींचं सामर्थ्य मिळवलेलं असतं.

हे चांगलं किंवा वाईट किंवा योग्य किंवा अयोग्य असं नाही. ते असंच आहे आणि ते आपल्या सर्वांच्या बाबतीत घडतं. आपण आपल्या समाजाचे सदस्य बनायला शिकतो. आपण भाषा शिकतो,

आपण धर्म किंवा तत्त्वज्ञान शिकतो. आपण जगण्याची पद्धत शिकतो आणि आपल्याला जे काही सांगितलं गेलंय त्याच्या आधारे आपण आपली मानसिकता तयार करतो. अपेक्षाभंगाचा पहिला धक्का बसेपर्यंत आपण इतर व्यक्तींच्या सांगण्यावर डोळे झाकून विश्वास ठेवतो आणि आपल्या लक्षात येतं की, त्यांनी सांगितलेल्या काही गोष्टी सत्य नव्हत्या.

शाळेत गेल्यावर आपण मोठ्या मुलांना आपल्याबद्दल बोलताना ऐकतो, तो मुलगा बघ! त्याचा अजूनही सान्ताक्लॉजवर विश्वास आहे. लवकरच आपल्याला समजतं की, सान्ताक्लॉज अस्तित्वात नाही. सान्ताक्लॉज खरा नाही, हे लहानपणी तुला जेव्हा कळलं तेव्हा तुला कसं वाटलं, ते आठवतंय का? तुझ्या आई-वडिलांचं काही चुकलं असं मला वाटत नाही. सान्ताक्लॉजवर विश्वास ठेवणं ही लाखो मुलांसाठी एक सुंदर परंपरा आहे. आपल्या सान्ता या चिन्हाबद्दल जे सांगितलं गेलंय त्याचं योग्य वर्णन या गाण्यातून व्यक्त झालंय : शांत राहा, रडू नकोस, चिडू नकोस, तुला सांगतो, कारण सान्ताक्लॉज गावात येतोय! आपल्याला सांगितलं जातं की, आपण जे काही करतो किंवा करत नाही ते सर्व सान्ताक्लॉजला ठाऊक असतं; आपण चांगलं वागतोय किंवा वाईट हे त्याला माहीत असतं; आपण दात कधी घासत नाही ते त्याला माहीत असतं आणि आपण यावर विश्वास ठेवतो.

ख्रिसमस येतो आणि मुलांना मिळणाऱ्या भेटवस्तूंमधील तफावत आपल्याला दिसते. समज तू सान्ताकडे सायकल मागितलीय आणि तू वर्षभर चांगला वागलायस. तुझे पालक गरीब आहेत. तू तुझी भेटवस्तू पाहतोस आणि तुला माहीत आहे, त्याला सायकल मिळालीय. तू म्हणतोस मी चांगला वागलो आणि तो मुलगा वाईट, मग मला सायकल कधी मिळाली नाही? मी जे काही करतो ते सर्व सान्ताला माहीत आहे. तर नक्कीच माझ्या शेजाऱ्याने केलेलं सर्वकाही त्याला माहीत असणार. मग सान्ताने मला सायकल न देता माझ्या शेजाऱ्याला का दिली?

हे बरोबर नाही आणि याचं कारण तुला समजत नाही. तुझी भावनिक प्रतिक्रिया द्वेष, संताप, अगदी दुःख अशी असते. तू त्या मुलाला आनंदाने

सगळीकडे सायकल फिरवताना पाहतोस, पूर्वीपेक्षा अधिकच वाईट वागत आणि तुला जाऊन त्याला मारावं असं वाटतं किंवा सायकल तोडावी असं वाटतं. अन्याय आणि ती अन्यायाची भावना असते कारण तू एका असत्यावर विश्वास ठेवतोस. ते निष्पाप असत्य आहे, त्यात वाईट हेतू नाही परंतु तू विश्वास ठेवतोस आणि स्वतःबरोबर एक करार करतोस : यापुढे मी चांगलं वागणार नाही. माझ्या शेजाऱ्यासारखा मी वाईट वागणार आहे. नंतर तुला समजतं की सान्ताक्लॉज खरा नाही; अस्तित्वात नाही. परंतु आता उशीर झालाय. भावनिक विष आधीच पसरलंय, राग, द्वेष, दुःख तू आधीच भोगलंस; असत्यावर आधारित असलेला एक चुकीचा करार तू करून बसलास.

एखाद्या चिन्हाला आपण आपला विश्वास कसा बहाल करतो, याचं हे फक्त एक उदाहरण आहे. अशी शेकडो– अगदी हजारो चिन्हं, कथा व अंधश्रद्धा आहेत ज्या आपण शिकतो. सांताक्लॉजचं चिन्ह दाखवून देतं की अगदी निष्पाप असत्यावर विश्वास ठेवल्यामुळे अशा भावना निर्माण होऊ शकतात, ज्या आतमध्ये आगीचा डोंब उसळवतात. त्या विषारी वाटतात, त्या आपल्याला वेदना देतात, आपल्या शरीराला इजा करतात आणि आपण अशा कथेमुळे दुःख करून घेतो जी खरी नाही. भावना खऱ्याखुऱ्या असतात; त्या सत्याचा भाग आहेत परंतु त्या भावना जाणवण्याचं कारण खरं नाही. ते सत्य नाही; ते काल्पनिक आहे.

जर तू स्वतःला विचारत असशील की, तुला कधी कधी इतकं दुःखी का वाटतं, तर त्याचं कारण तू स्वतःला एक कथा सांगतोयस जी सत्य नाही, परंतु तू त्यावर विश्वास ठेवतोयस. सत्य हे आहे की तुझ्या स्वप्नाचा विपर्यास झालाय परंतु ते योग्य किंवा अयोग्य किंवा चांगलं किंवा वाईट नाही. कारण ते इतर लाखो लोकांच्या बाबतीत घडतंय. या परिस्थितीत तू एकटाच नाहीस आणि ही चांगली बातमी आहे.

चिन्हांची दुनिया अतिशय सामर्थ्यशील आहे कारण आपण प्रत्येक चिन्हाला सामर्थ्य देतोय अशा बळाच्या साहाय्याने जे आपल्या खोल आतून प्रवाहित होतं. ज्या बळाला आपण चैतन्य, श्रद्धा किंवा प्रेरणा

म्हणतो. हे घडतंय याची आपल्याला जाणीवही नसते परंतु आपण अनुमती दिल्यामुळे ही सर्व चिन्हं एकत्रितपणे संपूर्ण रचना तयार करतात, ज्याला आपण मानसिकता म्हणतो. एखाद्या अक्षरापासून शब्दापर्यंत, एका छोट्या कथेपासून संपूर्ण तत्त्वज्ञानापर्यंत आपण ज्या ज्या गोष्टींवर विश्वास ठेवायला अनुमती देतो, ते सर्व त्या रचनेचा भाग बनतं.

मानसिकता आपल्या आभासी वस्तुस्थितीला रूप व रचना देते आणि आपण दिलेल्या प्रत्येक अनुमतीमुळे ती रचना बळकट व शक्तिशाली होत जाते आणि हळूहळू वि टांच्या इमारतीप्रमाणे बंदिस्त होते. आपण अशी कल्पना केली की, प्रत्येक चिन्ह प्रत्येक कल्पना, प्रत्येक करार एक विट आहे तर आपला विश्वास सिमेंट आहे जे विटांना घट्ट धरून ठेवतं. आयुष्यभर शिकत असतं. आपण अनेक प्रकारे चिन्हांची सरमिसळ करतो आणि संकल्पना परस्परांवर क्रिया करतात व त्यातून अधिक क्लिष्ट संकल्पना तयार होतात. अमूर्त मन अधिक क्लिष्ट पद्धतीने नियोजित होतं आणि आपलं संपूर्ण ज्ञान जमा होईपर्यंत ही रचना वाढतच राहते.

या रचनेला टॉलटेकमध्ये 'मानवी रूप' असं नाव दिलंय. मानवी रूप हे आपल्या शरीराचं रूप नव्हे; ते आपल्या मनाचं घेतलेलं रूप आहे. आपल्या स्वतःबद्दलच्या व इतर सर्व गोष्टींबद्दलच्या समजुतींची ही रचना आहे, जी आपल्या स्वप्नाचा अर्थ समजून घ्यायला आपल्याला साहाय्य करते. मानवी रूप आपल्याला आपली ओळख देतं परंतु ते स्वप्नाच्या चौकटीहून वेगळं आहे. स्वप्नांची चौकट म्हणजे भौतिक जग जसं आहे तसं, जे सत्य आहे. मानवी रूप म्हणजे मानसिकता ज्यात मतं बनविणं येतं. त्या मानसिकतेमध्ये सामावलेलं सर्वकाही आपलं वैयक्तिक सत्य आहे आणि त्या समजुतींच्या आधारे आपण प्रत्येक गोष्टीवर मत बनवित असतो. जरी त्या समजुती आपल्या मूळ स्वरूपाच्या विरुद्ध असल्या तरी.

सुसंस्कृत होण्याच्या प्रक्रियेत मानसिकता नियमांची वही बनते जी आपल्या आयुष्यावर अधिकार गाजविते. जेव्हा त्या वहीनुसार आपण नियमांचं पालन करतो, तेव्हा आपण स्वतःला शाबासकी देतो. जेव्हा

आपण नियमांचं पालन करत नाही तेव्हा स्वतःला शिक्षा देतो. मानसिकता आपल्या मनातील मोठा न्यायाधीश बनते आणि अत्याचारग्रस्त बनते. कारण प्रथम ती आपल्याबद्दल मत बनविते व नंतर आपल्याला शिक्षा देते. मानसिकता - मोठा न्यायाधीश - चिन्हांची बनली आहे आणि आपण जे जे ग्रहण करतो, चिन्हांसह सर्व काही, त्याबद्दल मत बनविण्यासाठी ती चिन्हांचा वापर करते! आपल्यातील एक भाग अत्याचारग्रस्त आहे, ज्याला मतं ऐकून घ्यावी लागतात आणि शिक्षा सोसावी लागते. जेव्हा आपला बाहेरील स्वप्नाशी संपर्क येतो, जेव्हा आपण वैयक्तिक नियमांच्या वहीनुसार सर्व गोष्टींबद्दल मत बनवितो आणि सर्वांना शिक्षा देतो.

मोठा न्यायाधीश अगदी चोख काम करतोय, कारण त्या सर्व नियमांना आपण अनुमती दिलीय. समस्या अशी आहे की मानसिकता आपल्या आत जन्माला येते आणि आपल्या ज्ञानाचा आपल्या विरोधात उपयोग करते. आपल्याला माहीत असलेलं सर्व काही, आपले जीवन जगण्याचे सर्व नियम यांचा वापर करून मानसिकता अत्याचारग्रस्ताला म्हणजेच मानवी रूपाला शिक्षा देते. ती आपली भाषा वापरून स्वतःबद्दल मत बनविते, स्वतःला नाकारते, अपराधीपणाची भावना, शरमेची भावना निर्माण करते. ती आपल्याला अपशब्द वापरते आणि आपले वैयक्तिक सैतान व आपलं नरकाचं स्वप्न निर्माण करून आपल्याला दुःखी करते.

एखाद्या जुलूमशहाप्रमाणे मानसिकता मानवी जीवनावर सत्ता गाजविते. ती आपलं स्वातंत्र्य आपल्याकडून हिरावून घेऊन आपल्याला गुलाम बनविते. ती आपल्या खऱ्या स्वरूपावर, मानवी जीवनावर ताबा मिळविते आणि ती स्वतः खरीखुरीदेखील नाही! खरेखुरे आपण मनात कुठेतरी लपलेले राहतो आणि आपलं ज्ञान, आपण अनुमती दिलेलं सर्व काही त्या वेळी आपल्या मनावर वर्चस्व गाजवत असतं. मानवी शरीर जे सुंदर आणि परिपूर्ण आहे, ते मतं व शिक्षा यांच्या अत्याचारांनी ग्रस्त होतं; ते शरीर असं साधन बनतं, ज्याद्वारे मन स्वतःला व्यक्त करतं.

मानसिकता मनाच्या प्रांतात मोडते; आपण ती पाहू शकत नाही किंवा मोजमाप करू शकत नाही. परंतु आपल्याला माहीत असतं की,

ती रचना अस्तित्वात आहे. कदाचित आपल्याला हे माहीत नाही की, ती अस्तित्वात आहे कारण आपण ती निर्माण केलीय. आपली निर्मिती आपल्याला पूर्णपणे चिकटली आहे; आपण जाऊ तिथे ती आपल्याबरोबर येते. आपण फार पूर्वीपासून अशा पद्धतीने जगत आलोय की, आपण अशा रचनेत बंदिस्त आहोत हे आपल्या लक्षातदेखील येत नाही. आणि मन जरी खरं नसलं - आभासी असलं - तरी ते संपूर्ण सामर्थ्य आहे कारण तेसुद्धा चैतन्याने निर्माण केलं आहे.

जागरूकतेच्या नैपुण्यातील महत्त्वाची गोष्ट म्हणजे स्वतःच्या निर्मितीची जाणीव होणं, तिचा जिवंतपणा प्रत्यक्षात जाणवणं. आपली प्रत्येक समजूत, अगदी एका अक्षराच्या आवाजापासून ते थेट संपूर्ण तत्त्वज्ञानापर्यंत, तग धरण्यासाठी आपल्या जीवनऊर्जेचा वापर करीत आहे. आपण आपलं मन कार्यरत असताना पाहू शकलो तर आपल्याला लाखो जिवंत रूपं दिसतील आणि आपल्याला दिसेल की, आपल्याला विश्वासाचं सामर्थ्य देऊन, आपलं पूर्ण लक्ष देऊन आपण आपल्या निर्मितीला जिवंतपणा देत असतो. आपण आपल्या जीवन-ऊर्जेने त्या संपूर्ण रचनेला आधार देत असतो. आपल्याशिवाय या कल्पनांना अस्तित्व असणार नाही; आपल्याशिवाय संपूर्ण रचना कोसळेल.

आपण आपल्या कल्पनाशक्तीचा वापर केला, तर स्वतःच्या पौराणिक कथेची निर्मिती आपण पाहू शकू. आपली मानसिकता कशी तयार झाली आणि असत्यावर विश्वास ठेवायला आपण कधी सुरुवात केली, हेदेखील पाहू शकू. मानसिकता तयार होण्याच्या प्रक्रियेत सगळं शिकत असताना - अनेक संकल्पना इतर संकल्पनांशी विसंगत असतात. आपण अनेक वेगवेगळी स्वप्नं उभी करतो आणि जेव्हा आपण अनेक रचना निर्माण करतो, तेव्हा त्या एकमेकांच्या विरोधात जातात आणि आपल्या शब्दांचं सामर्थ्य नष्ट करतात. त्या क्षणी आपला शब्द कवडीमोल असतो कारण जेव्हा दोन बलं विरुद्ध दिशेने कार्यरत असतात, तेव्हा परिणाम शून्य होतो. जेव्हा फक्त एक बल एका दिशेने कार्यरत असतं, तेव्हा त्याचं सामर्थ्य प्रचंड असतं आणि फक्त आपण तसं म्हटल्याने,

आपल्या शब्दाला आपल्या श्रद्धेचं पूर्ण सामर्थ्य लाभल्याने आपली उद्दिष्टं प्रत्यक्षात उतरतात.

लहान असताना शिकलेल्या प्रत्येक गोष्टीत आपण आपला विश्वास गुंतवतो आणि या तऱ्हेने आपण आपल्या आयुष्यावरचा ताबा गमावून बसतो आणि मोठं होईपर्यंत आपण आपला विश्वास अनेक असत्यांमध्ये आधीच गुंतवलेला असतो. त्यामुळे आपल्याला हवं असलेलं स्वप्न निर्माण करण्यासाठी आपल्याकडे सामर्थ्य उरत नाही. आपल्या मानसिकतेमध्ये आपल्या विश्वासाचं सारं सामर्थ्य गुंतलेलं असतं आणि सरतेशेवटी समीकरणाचा परिणाम असा की, आपल्याकडे शून्य विश्वास, शून्य सामर्थ्य उरतं आणि सान्ताक्लॉजसारख्या चिन्हात आपण आपला विश्वास कसा गुंतवतो, ते पाहणं सोपं आहे. परंतु आपण स्वतःबद्दल व इतर सर्व गोष्टींबद्दल शिकलेल्या प्रत्येक चिन्हाच्या, कथेच्या समजुतीच्या बाबतीत हे पाहणं सोपं नाही.

मला वाटतं, हे जाणून घेणं अतिशय महत्त्वाचं आहे आणि जाणून घेण्याचा एकमेव मार्ग म्हणजे आपण जे करतोय त्याबाबत जागरूक होणं. आपण आपलं वैयक्तिक सामर्थ्य आपण विश्वास असलेल्या सर्व गोष्टींत गुंतवलं आहे, याची जेव्हा आपल्याला जाणीव होते तेव्हा कदाचित चिन्हांकडून आपलं सामर्थ्य परत मिळविणं सोपं होईल आणि त्या चिन्हांचं आपल्यावर वर्चस्व राहणार नाही. जेव्हा आपण प्रत्येक चिन्हामधून सामर्थ्य काढून घेतो, तेव्हा ते केवळ चिन्ह उरतं. मग ती चिन्हं त्यांच्या निर्मात्याचं, म्हणजे आपल्या खऱ्या स्वरूपाचं, आज्ञापालन करतात आणि ती चिन्ह त्यांचं खरं उद्दिष्ट पार पाडतात : संवादाचं साधन.

जेव्हा आपल्याला समजतं की, सान्ताक्लॉज खरा नाही तेव्हा आपण त्यावर विश्वास ठेवणं सोडून देतो आणि त्या चिन्हामध्ये गुंतवलेलं सामर्थ्य आपल्याला परत मिळतं. याचवेळी आपल्याला जाणीव होते की आपणच सान्ताक्लॉजवर विश्वास ठेवायला अनुमती दिली. आपली जागरूकता परत मिळाल्यावर आपण पाहू शकतो की सर्व चिन्हांवर विश्वास ठेवायला आपणच अनुमती दिली आणि प्रत्येक चिन्हाला

विश्वासाचं सामर्थ्य देणारे जर आपण आहोत, तर सामर्थ्य परत मिळवू शकणारेसुद्धा आपणच आहोत.

आपल्याला ही जाणीव असेल तर मला वाटतं, आपल्या प्रत्येक समजुतीमध्ये गुंतवलेलं सामर्थ्य आपण परत मिळवू शकतो आणि आपल्या निर्मितीवरील ताबा गमावून बसत नाही. जेव्हा आपण पाहू शकतो की आपल्या समजुतींची रचना आपणच निर्माण केली आहे, तेव्हा आपला स्वतःवरील विश्वास परत मिळविण्यास मदत होते. जेव्हा आपला विश्वास मानसिकतेवर नसून स्वतःवर असतो, तेव्हा त्या शक्तीच्या उगमाबद्दल आपल्याला शंका नसते आणि आपण ती रचना मोडीत काढायला सुरुवात करतो.

जेव्हा आपल्या मानसिकतेची रचना शिल्लक राहत नाही, तेव्हा आपण खुले होतो. आपण हवं ते निर्माण करायला मुक्त असतो. आपण हवं ते करायला मोकळे असतो. आपल्याला ज्यावर विश्वास ठेवायचा आहे, त्यामध्ये आपण आपली श्रद्धा गुंतवू शकतो. ती आपली निवड असते. आपल्याला माहीत आहे ज्या गोष्टी आपल्याला दुःख देतात, त्यावर आपण जर विश्वास ठेवला नाही तर जादू झाल्याप्रमाणे आपलं दुःख नाहीसं होतं आणि आपल्याला विचार करण्याची गरज नाही; आपल्याला कृतीची गरज आहे. कारण कृतीमुळेच बदल घडणार आहे.

७

सरावामधून निपुण व्यक्ती घडते

चौथा करार : नेहमी तुझी सर्वोत्तम कृती कर

जेव्हा तू जीवनात बदल घडवायला तयार असतोस, जेव्हा तू तुझे करार बदलायला तयार असतोस, तेव्हा सर्वांत महत्त्वाची गोष्ट म्हणजे जाणीव होणं. तुला काय आवडतं आणि काय आवडत नाही, याची तुला जाणीव नसेल तर तू तुझे करार बदलू शकत नाहीस. तुला काय बदलायचं आहे, याची तुला जाणीव नसेल तर तू बदल कसा घडवणार? परंतु नुसती जाणीव होणं पुरेसं नाही. सराव केल्यामुळे बदल घडेल कारण तुला जाणीव असू शकेल परंतु तेवढ्याने तुझं जीवन बदलेल असं नव्हे. बदल कृतीमधून घडतो, तो सरावाचा परिणाम आहे. सरावामधून निपुण व्यक्ती घडते.

तू आत्तापर्यंत जे काही शिकलास ते सरावातून, पुन्हा पुन्हा करण्यातून शिकलास. तू बोलायला शिकलास, चालायला शिकलास, तू सराव करत लिहायलासुद्धा शिकलास. तू तुझी भाषा बोलण्यात नैपुण्य मिळवलंस कारण तू सराव केलास. तुझ्या आयुष्यावर नियंत्रण करणाऱ्या सर्व समजुती तू याच पद्धतीने शिकलास : सरावाने. तू आज ज्या पद्धतीने जगत आहेस, तो अनेक वर्षं केलेल्या सरावाचा परिणाम आहे.

तू आता जसा आहेस याबद्दलची तुझी समजूत तयार होण्यासाठी तू आयुष्यभर प्रत्येक क्षण सराव केलायस. ते आपोआप होईपर्यंत तू

सराव केलायस आणि जेव्हा तू नवीन गोष्टीचा सराव सुरू करतोस, तू स्वतःबद्दलच्या समजुतीमध्ये बदल करतोस, तेव्हा तुझं संपूर्ण आयुष्य बदलणार आहे. अचूक शब्द वापरण्याचा, कोणतीही गोष्ट व्यक्तिशः न घेण्याचा, काहीही गृहीत न धरण्याचा तू जेव्हा सराव करतोस, तेव्हा नरकाच्या स्वप्नामध्ये तुला बंदिस्त करणारे हजारो करार तू मोडणार आहेस. लवकरच समजुतींना अनुमती देण्याचं निवडस्वातंत्र्य तुझ्या खऱ्या स्वरूपाकडे असेल, तुला वाटत असलेल्या तुझ्या प्रतिमेकडे नव्हे.

अचूक शब्द वापर हा पहिला करार सुंदर आयुष्य निर्माण करण्यासाठी पुरेसा आहे. हा करार तुला स्वर्गाप्रत नेऊ शकेल, परंतु या कराराचा सराव करण्यासाठी तुला आधाराची आवश्यकता आहे. जेव्हा तू कोणतीही गोष्ट व्यक्तिशः घेत नाहीस, जेव्हा तू काहीही गृहीत धरत नाहीस, तेव्हा अचूक शब्द वापरणं किती सोपं आहे याची कल्पना तू करू शकतोस. जेव्हा तू गोष्टी गृहीत धरत नाहीस, तेव्हा काहीही व्यक्तिशः न घेणं सोपं आहे आणि जेव्हा तू काहीही व्यक्तिशः घेत नाहीस, तेव्हा गोष्टी गृहीत न धरणं सोपं आहे. असं केल्याने तू पहिल्या कराराला पुष्टी देतोस.

पहिले तीन करार कृतीत उतरविण्यासाठी कठीण वाटतील, कदाचित ते अशक्यसुद्धा वाटतील. माझ्यावर विश्वास ठेव की, ते अशक्य नाहीत. परंतु मला मान्य करावं लागतंय की, ते कठीण आहेत. कारण आपण अगदी उलट गोष्टींचा सराव करत असतो. आयुष्यभर आपण डोक्यामधील आवाजावर विश्वास ठेवण्याचा सराव करतो. परंतु हा चौथा करार अगदी सोपा आहे. या करारामुळे सर्व गोष्टी शक्य होतात. नेहमी तुझी सर्वोत्तम कृती कर. तू तुझी सर्वोत्तम कृती करू शकतोस आणि तुला तेवढंच करायचंय. याहून कमी नाही, जास्त नाही. तू फक्त सर्वोत्तम कृती कर. कृती कर. तू कृती केली नाहीस तर तुझ्यातील सर्वोत्तम प्रत्यक्षात कसं उतरेल?

नेहमी तुझी सर्वोत्तम कृती कर हा असा करार आहे, जो प्रत्येकजण करू शकतो. खरंतर शक्य तेवढी कृती करणं एवढंच तू करू शकतोस. सर्वोत्तम कृती याचा अर्थ असा नव्हे की कधीतरी तू ८०% देतोस आणि

कधीतरी तू फक्त २०% देतोस. तू नेहमीच १००% देतोस – तुझा हेतू नेहमीच हा असतो – एवढंच की तुझ्यातील सर्वोत्तमदेखील क्षणाक्षणाला बदलत आहे.

तुला दमल्यासारखं वाटतंय, का उत्साही वाटतंय; यावर तुझ्यातील सर्वोत्तम अवलंबून असतं. तू दुःखी आहेस का आनंदी, यावर तुझ्यातील सर्वोत्तम अवलंबून असतं. कालानुरूप तुझ्यातील सर्वोत्तम बदलणार आहे आणि तुला चार करारांचं पालन करण्याची सवय लागल्यावर तुझ्यातील सर्वोत्तम अजून उत्तम होणार आहे.

चौथ्या करारामुळे पहिले तीन करार खोलवर रुजलेल्या सवयी बनतात. वारंवार सराव केल्याने तू निपुण व्यक्ती होशील, परंतु तू लगेचच त्या करारांमध्ये निपुण होशील अशी अपेक्षा करू नकोस. तू नेहमीच अचूक शब्द वापरशील किंवा कोणतीच गोष्ट व्यक्तिशः घेणार नाहीस किंवा काहीही गृहीत धरणार नाहीस अशी अपेक्षा करू नकोस. तुझ्या सवयी मनामध्ये घट्ट रोवून उभ्या आहेत. फक्त तुझी सर्वोत्तम कृती कर.

तू एखाद्या कराराचं पालन करू शकला नाहीस तर लगेचच पुन्हा करार कर. उद्या पुन्हा सुरुवात कर आणि परवा पुन्हा. सतत सराव करत राहा. प्रत्येक दिवस अधिकाधिक सोपा होत जाईल. सर्वोत्तम कृती करत राहिलास तर शब्दाचा गैरवापर, गोष्टी व्यक्तिशः घेणं व गृहीत धरणं या सवयी हळूहळू कमी होत जातील, कमकुवत होत जातील. सवयी बदलण्यासाठी तू कृती करत राहिलास, तर त्या नक्कीच बदलतील.

पुढे असा क्षण येईल जेव्हा चारही करार तुझी सवय बनतील. तुला प्रयत्नांची गरज लागणार नाही. ते आपोआप होईल. एक दिवस तुझ्या लक्षात येईल की चार करारांच्या साहाय्याने तू तुझ्या आयुष्यावर अधिराज्य करत आहेस. जेव्हा हे करार सवय बनतात, तेव्हा तुझं जीवन कसं असेल; याची कल्पना तू करू शकतोयस का? नाट्य व संघर्ष याऐवजी तुझं संपूर्ण आयुष्य सोपं, सहज बनतं.

काहीही असो, तू निर्मिती तर करणारच, स्वप्न तर पाहणारच,

मग सुंदर स्वप्न का निर्माण करू नये? तुझ्याकडे मन आहे, तू प्रकाश पाहतोस म्हणजे तू स्वप्न पाहणारच. काहीही निर्माण न करण्याचा पर्याय तू निवडलास, तर तुला कंटाळा येईल आणि मोठा न्यायाधीश कंटाळा येण्याला विरोध करेल. मग नक्कीच तो तुझ्या समजुतीनुसार तुझ्याविषयी मत बनवेल. तू आळशी आहेस. तू आयुष्यात काहीतरी करायला हवंस. मग चांगलं स्वप्न का पाहू नये आणि त्याचा आनंद का घेऊ नये? तू जर तुझ्या मर्यादांवर विश्वास ठेवू शकतोयस, तर तुझ्यामधून वाहणाऱ्या चैतन्याचं सामर्थ्य व सौंदर्य यांवर विश्वास का ठेवू शकत नाहीस?

आयुष्य आपल्याला सर्वकाही देतं आणि आयुष्यातील प्रत्येक गोष्ट सुख असू शकते. जीवनाच्या औदार्यावर का विश्वास ठेवू नये? स्वतःशी प्रेमळपणे व उदारतेने का वागू नये? त्यामुळे तुला आनंद मिळत असेल, तू आजूबाजूच्या व्यक्तींशी चांगला असशील, तर तसं का वागू नये?

जर तू सतत बदलतोयस, तुला नको असलं तरी तुझं स्वप्न सतत बदलतंय – मग या परिवर्तनात निपुणता मिळवून तुझा वैयक्तिक स्वर्ग का निर्माण करू नये?

तुझ्या आयुष्याचं स्वप्न हजारो छोट्या छोट्या स्वप्नांनी बनलं आहे. जी गतिशील आहेत. स्वप्नं जन्म घेतात, मोठी होतात आणि विरून जातात, म्हणजेच ती सतत बदलत असतात. परंतु बहुधा ती अजाणतेपणी बदलत असतात. तू स्वप्न पाहतोयस अशी तुझी तुला जाणीव होते, त्या वेळी हवं तेव्हा स्वप्न बदलण्याचं तुझं सामर्थ्य तुला परत मिळतं. जेव्हा तुझ्या लक्षात येतं की, तुझ्यामध्ये स्वर्गाचं स्वप्न निर्माण करण्याचं सामर्थ्य आहे. तेव्हा तुला तुझं स्वप्न बदलावंसं वाटतं आणि हे चार करार यासाठी सुयोग्य असं साधन आहेत. ते तुझ्या डोक्यातील हुकूमशहाला, न्यायाधीशाला, अत्याचारग्रस्ताला आव्हान देतात. ते आयुष्य कठीण बनवणाऱ्या सर्व छोट्या छोट्या करारांना आव्हान देतात.

तुझ्या समजुती खऱ्या आहेत का, असा स्वतःला फक्त प्रश्न विचारून तू समजुतींना आव्हान दिलंस, तर तुला धक्का बसेल. आयुष्यभर तू दुसऱ्याच्या हिताचा विचार केलास आणि स्वतःकडे दुर्लक्ष केलंस.

दुसऱ्याच्या दृष्टिकोनानुसार जगताना तू तुझ्या स्वातंत्र्याची आहुती दिलीस. तू तुझे आई-वडील, शिक्षक, प्रिय व्यक्ती, तुझी मुलं, धर्म व समाज यांच्या दृष्टीने चांगलं बनण्याचा प्रयत्न केलास. असे प्रयत्न अनेक वर्षे केल्यावर तू स्वतःच्या दृष्टीने चांगलं बनण्याचा प्रयत्न करतोस आणि तुझ्या लक्षात येतं की तू तसा नाहीस.

स्वतःला प्राधान्य का देऊ नये, आयुष्यात निदान पहिल्यांदा तरी? स्वतःचा पूर्णपणे स्वीकार करून स्वतःवर प्रेम करायला तू पुन्हा शिकू शकतोस. तुझ्या खऱ्या स्वरूपावर निर्व्याज प्रेम व्यक्त करून तू याची सुरुवात करू शकतोस. आणि मग खऱ्या स्वरूपावर प्रेम करण्याचा सराव करू शकतोस. जेव्हा तुझं स्वतःवर निर्हेतुक प्रेम असतं, तेव्हा तू तुझ्या आयुष्यावर नियंत्रण करू पाहणाऱ्या हिंसक श्वापदाचा बळी होत नाहीस. तू कोणासाठी स्वतःची आहुती देत नाहीस. तू स्वतःवर प्रेम करण्याचा सराव केलास तर त्यात निपुण होशील.

नेहमी तुझी सर्वोत्तम कृती कर. हा करार तुला निपुण कलाकार बनायला साहाय्य करतो. पहिले तीन करार आभासी वस्तुस्थितीच्या मितीमधले आहेत. चौथा करार हा भौतिक मितीमधील आहे. तो म्हणजे स्वप्नांमध्ये निपुण होईपर्यंत कृती करणं व वारंवार सराव करत राहणं. तुझ्यातील सर्वोत्तम पुन्हा पुन्हा करत राहिल्याने हळूहळू तू परिवर्तनाच्या कलेमध्ये नैपुण्य मिळविणार आहेस. परिवर्तनाचं नैपुण्य हे कलाकाराचं दुसरं नैपुण्य आहे, जे चौथ्या करारामध्ये स्पष्ट दिसू शकतं. जेव्हा तू तुझी सर्वोत्तम कृती करत राहतोस, तेव्हा तू स्वतः जबाबदारी घेतोस, स्वतःचं परिवर्तन करत असतोस, तुझ्या आयुष्याच्या स्वप्नात बदल घडवत असतोस.

दुसऱ्या नैपुण्याचं उद्दिष्ट तुझ्या समजुतींना सामोरं जाणं आणि त्या समजुतींमध्ये परिवर्तन घडविणं. तुझ्या करारात बदल करून, तुझ्या मनाची तुझ्या पद्धतीने पुनर्रचना करून नैपुण्य प्राप्त होतं. तुला अपेक्षित असलेल्या परिणाम म्हणजे जुन्या समजुतींनुसार जगण्याऐवजी स्वतःला हवं तसं जगण्याचं स्वातंत्र्य मिळणं. जेव्हा तुझ्या मनात ते नियमांचं

पुस्तक नसतं, तेव्हा तुझ्या मनात तो हुकूमशहा, तो न्यायाधीश व तो अत्याचारग्रस्तदेखील नसतो.

परिवर्तनाला सुरुवात झाली आहे आणि त्याचा आरंभ नेहमी तुझ्यापासून होतो. स्वतःशी पूर्णपणे प्रामाणिक राहण्याची. तुझी कथा तू कशी लिहितोयस, यातील सत्य पाहण्याचं धाडस तुझ्यात आहे का? तुझ्या अंधश्रद्धा, तुझी असत्यं पाहण्याचं धाडस तुझ्यात आहे का? तुझी स्वतःविषयीची समजूत तपासून पाहण्याचं धाडस तुझ्यामध्ये आहे की अनेक जखमा आहेत ज्या तू पाहू शकत नाहीस? कदाचित तू विचार करत असशील, मला माहीत नाही. परंतु तू आव्हान स्वीकारत आहेस. तू तुझ्या स्वप्नात परिवर्तन घडवतोयस आणि ते अगदी आत्ता घडतं. कारण तू जे करतोयस, त्यामुळे तुझी सर्व असत्यं सोडून दिली जातायत.

चार करार हे परिवर्तनाच्या नैपुण्याचं खरंतर सार आहे आणि आधी शिकलेलं सोडून देणं ही परिवर्तनाच्या नैपुण्याची प्रक्रिया आहे. अनुमती देत तू शिकतोस आणि अनुमती काढून घेत तू शिकलेलं सोडून देतोयस. प्रत्येक वेळी तू करार मोडतोस तेव्हा त्या करारामध्ये तू गुंतवलेलं विश्वासाचं सामर्थ्य तुला परत मिळतं, कारण तो करार जिवंत ठेवण्यासाठी आता तुला ऊर्जा खर्च करावी लागत नाही.

तू अशा करारांपासून सुरुवात कर, जे छोटे आहेत आणि जे मोडायला कमी शक्ती लागते. जसजसं तू शिकलेलं सोडून देतोस, तसतशी तुझ्या ज्ञानाची रचना खिळखिळी होत जाते आणि तुझा विश्वास त्यातून मुक्त होतो. तुझा विश्वास परत मिळाल्यास तुझं वैयक्तिक सामर्थ्य वाढतं; तुझी इच्छाशक्ती बळकट होते. यामुळे तुला पुढचा करार बदलण्याची शक्ती मिळते आणि मग पुढचा, मग त्या पुढचा. तुझं वैयक्तिक सामर्थ्य वाढतच जातं आणि तू इतका सामर्थ्यशाली होतोस, की तुला जवळ जवळ सर्वकाही शक्य होतं. लवकरच तू अशा गोष्टींना अनुमती देतोस, ज्यामुळे तुला आनंद, संतोष, प्रेम मिळतं. मग हे नवीन करार जिवंत होतात व बाहेरील जगाच्या संपर्कात येतात आणि तुझं संपूर्ण स्वप्न बदलतं.

जेव्हा तू शिकलेलं सोडून देतोस, जे तू आत्ता करतोयस, तेव्हा प्रथम तू समजुतींना सामोरं जातोस. तू समजुतींना कसा सामोरा जाणार आहेस? हे साध्य करायला तुझ्याकडे एकच साधन आहे ते म्हणजे साशंकता. साशंकता हेदेखील चिन्ह आहे. परंतु त्याचा अर्थ महत्त्वाचा आहे. साशंकतेच्या सामर्थ्याने तू देत असलेल्या व तुला मिळत असलेल्या प्रत्येक संदेशाला तू आव्हान देतोस. तुझ्या नियमांच्या पुस्तकातील प्रत्येक समजुतीला तू आव्हान देतोस. त्यानंतर समाजातील रूढ समजुतींना तू आव्हान देतोस. तुझं जग नियंत्रित करणाऱ्या सर्व अंधश्रद्धा व असत्य यांचा प्रभाव नष्ट होईपर्यंत तू हे आव्हान देत राहतोस. दुसऱ्या भागात तुला दिसेल की पाचवा करार तुला साशंकतेचं सामर्थ्य देतो.

भाग २
साशंकतेचं सामर्थ्य

८
साशंकतेचं सामर्थ्य
पाचवा करार : शंका घे, परंतु लक्ष देऊन ऐकायला शिक

पाचवा करार आहे शंका घे, परंतु लक्ष देऊन ऐकायला शिक. शंका घे, कारण तू ऐकतो त्यातील बरंचसं खरं नसतं. तुला माहीत आहे की, माणसं चिन्हांच्या साहाय्याने बोलतात आणि चिन्हं सत्य नव्हेत. चिन्हं सत्य असतात कारण फक्त आपण अनुमती देतो, ती खरोखर सत्य आहेत म्हणून नव्हे. परंतु कराराचा दुसरा भाग आहे, लक्ष देऊन ऐकायला शिक आणि कारण अगदी सोपं आहेः जेव्हा तू लक्ष देऊन ऐकतोस, तेव्हा लोक वापरत असलेल्या चिन्हांचा अर्थ तुला समजतो; तुला त्यांची कथा समजते आणि संवाद खूप सुधारतो. मग कदाचित पृथ्वीवर वास्तव्य करणाऱ्या मानवांमध्ये गैरसमज न राहता सुस्पष्टता असेल.

जेव्हा तुझ्या लक्षात येतं की चिन्हांच्या साहाय्याने आकलन झालेली कोणतीही गोष्ट सत्य नाही, तेव्हा शंका घेणं जास्त अर्थपूर्ण बनतं. शंका घेणं ही निपुणता आहे कारण सत्य स्पष्टपणे पाहण्यासाठी ते साशंकतेच्या सामर्थ्याचा वापर करतं. जेव्हा तू स्वतःकडून किंवा दुसऱ्या कलाकाराकडून संदेश ऐकतोस, तेव्हा फक्त स्वतःला विचार : हे सत्य आहे की सत्य नाही? ही वस्तुस्थिती आहे की आभासी वस्तुस्थिती आहे? साशंकता तुला चिन्हांच्या पलीकडे घेऊन जाते आणि तू देत असलेल्या व तुला मिळत असलेल्या प्रत्येक संदेशासाठी तुला

जबाबदार धरते. सत्य नसलेल्या संदेशामध्ये तुला विश्वास का गुंतवायचा आहे? साशंक राहिल्यामुळे तू प्रत्येक संदेशावर विश्वास ठेवत नाहीस; तू चिन्हांवर विश्वास ठेवत नाहीस; तू चिन्हांवर विश्वास ठेवत नाहीस आणि जेव्हा तुझा विश्वास चिन्हांवर नसतो, तेव्हा तो स्वतःवर असतो.

जर विश्वास ठेवणं म्हणजे शंका न घेता समजूत करून घेणं आहे आणि साशंकता म्हणजे विश्वास न ठेवणं आहे, तर मग शंका घे. विश्वास ठेवू नकोस आणि तू कशावर विश्वास ठेवणार नाहीस! तू अशा कोणत्याही गोष्टीवर विश्वास ठेवणार नाहीस जी आपण कलाकारांनी आपल्या ज्ञानातून निर्माण केलीय. तुला माहीत आहे की आपलं बहुतेक सर्व ज्ञान सत्य नाही, सर्व चिन्हं सत्य नाहीत. म्हणूनच माझ्यावर विश्वास ठेवू नकोस, स्वतःवर विश्वास ठेवू नकोस आणि दुसऱ्या कुणावरही विश्वास ठेवू नकोस. सत्याला तुझा विश्वास असण्याची गरज नाही; सत्य फक्त असतं आणि तुझा विश्वास असो वा नसो, ते अस्तित्व टिकवितं. असत्याला तू त्याच्यावर विश्वास ठेवण्याची गरज भासते. तू असत्यावर विश्वास ठेवला नाहीस, तर तुझ्या साशंकतेसमोर त्याचा टिकाव लागत नाही व ते नाहीसं होतं.

परंतु साशंकता दोन दिशांना जाऊ शकते. एक मार्ग म्हणजे साशंक असल्याचं ढोंग करणं कारण तुला असं वाटतं, तू हुशार आहेस व फसवला जाणार नाहीस. मी खूप बुद्धिमान आहे. माझा कोणत्याही गोष्टीवर विश्वास नाही. ही खरी साशंकता नाही. साशंक असणं म्हणजे ऐकलेल्या प्रत्येक गोष्टीवर विश्वास न ठेवणं आणि तू विश्वास ठेवत नाही, कारण ते सत्य नाही, इतकंच. साशंक असणं म्हणजे अखिल मानवजात असत्यावर विश्वास ठेवते याची फक्त जाणीव असणं. तुला माहीत असतं की मानव सत्याचा विपर्यास करतोय कारण आपण स्वप्न पाहतोय आणि आपलं स्वप्न हे सत्याचं केवळ प्रतिबिंब आहे.

प्रत्येक कलाकार सत्याचा विपर्यास करत असतो, परंतु दुसरी व्यक्ती काय म्हणतेय त्याबद्दल मत बनविण्याची गरज नाही किंवा त्या व्यक्तीला खोटं ठरविण्याची गरज नाही. आपल्यातील प्रत्येकजणच या

ना त्या पद्धतीने खोटं बोलतोय आणि खोटं बोलायचं आहे म्हणून नव्हे तर आपली तशी समजूत आहे. याचं कारण आहे आपण शिकलेली चिन्हं आणि चिन्हं वापरण्याची आपली पद्धत. एकदा का तुला याची जाणीव झाली की पाचवा करार खूप अर्थपूर्ण वाटतो आणि तो तुझ्या आयुष्यात फार मोठा बदल घडवू शकतो.

लोक तुझ्याकडे येऊन त्यांची वैयक्तिक कथा तुला सांगतील. ते त्यांचा दृष्टिकोन, जो त्यांना सत्य वाटतोय तो तुला सांगतील. परंतु तो दृष्टिकोन सत्य आहे की असत्य आहे, याबद्दल तू मत बनवत नाहीस. तुझ्याकडे मत नसतं, परंतु आदर असतो. इतर व्यक्ती ज्या पद्धतीने त्यांची चिन्हं व्यक्त करत आहेत, ते तू ऐकतोस, अशा जाणिवेतून की त्यांच्या समजुतींमुळे ते जे काही बोलतायत तो विपर्यास आहे. तुला माहीत आहे की, ते जे काही सांगतायत, ती फक्त एक कथा आहे आणि तुला ते माहीत आहे कारण तुला ते जाणवू शकतंय. तुला ते माहीत आहे. त्यांचे शब्द सत्यामधून कधी येतात तेदेखील तुला माहीत असतं आणि तुला शब्दांशिवाय आकलन होतं आणि ते सर्वांत महत्त्वाचं आहे.

सत्य किंवा काल्पनिक, तुला कोणाच्याही कथेवर विश्वास ठेवण्याची गरज नाही. दुसरी व्यक्ती काय बोलतेय, त्याबद्दल मत बनविण्याची तुला गरज नाही. तुला स्वतःचं मत व्यक्त करण्याची गरज नाही. तुला सहमती देण्याची किंवा न देण्याची गरज नाही. फक्त लक्ष देऊन ऐक, समोरची व्यक्ती शब्दांशी जेवढी प्रामाणिक तेवढा संदेश सुस्पष्ट असेल. परंतु दुसऱ्या कलाकाराकडून येणाऱ्या शब्दांचा तुझ्याशी काही संबंध नाही. तुला माहीत आहे की त्यात व्यक्तिगत असं काही नाही. तू सर्व शब्द ऐकतोस आणि तुला त्याचं आकलन होतं, परंतु त्या शब्दांचा तुझ्यावर परिणाम होत नाही. लोकांच्या बोलण्याबद्दल तू मत बनवत नाहीस, कारण ते काय करत आहेत याची तुला जाणीव असते. त्या व्यक्ती त्यांच्या आभासी दुनियेत जे काही घडतंय, ते फक्त तुझ्यापाशी व्यक्त करत आहेत.

तुला आधीच जाणीव झाली आहे की, सर्व कलाकार स्वतःच्या

स्वप्नात, स्वतःच्या जगात जगत आहेत. त्या जगात त्यांना जे जे दिसतं ते त्यांच्यासाठी सत्य असतं आणि स्वतःची कथा व्यक्त करण्याची तुला गरज पडत नाही. योग्य किंवा अयोग्य असा प्रश्न नसते. दुसरा जे काही बोलतोय त्याचा तू आदर करतोस कारण दुसरा एक कलाकार बोलत असतो. आदर खूप महत्त्वाचा आहे. जेव्हा तू लक्ष देऊन ऐकायला शिकतोस, तेव्हा तू दुसऱ्या कलाकारांचा आदर करतोस – तू त्यांच्या कलेचा, त्यांच्या निर्मितीचा आदर करतोस.

प्रत्येक कलाकाराला आपापली कला हवी तशी निर्माण करण्याचा अधिकार आहे. त्यांना हवं त्यावर विश्वास ठेवायचा अधिकार आहे; त्यांना हवं ते बोलायचा अधिकार आहे. परंतु तू लक्ष देऊन ऐकायला शिकला नाहीस तर ते काय म्हणतायत याचं तुला कधीही आकलन होणार नाही. ऐकणं हे संभाषणामध्ये खूप महत्त्वाचं आहे. जेव्हा तू ऐकायला शिकतोस, तेव्हा समोरच्यांना काय हवं, ते तुला समजलं की त्या माहितीचं काय करायचं, ते तुझ्यावर अवलंबून आहे. तू प्रतिक्रिया देऊ शकतोस किंवा नाही, त्यांच्या म्हणण्याला सहमती देऊ शकतोस किंवा नाही आणि ते तुला काय पाहिजे यावर अवलंबून आहे.

इतरांना एखादी गोष्ट हवी असेल तर तू दिलीच पाहिजे असं नव्हे. लोक नेहमीच तुझं लक्ष वेधून घेण्याचा प्रयत्न करतात, कारण लक्ष वेधून त्यांना माहिती तुझ्यामध्ये उतरवता येते. बरेचदा तुला ती माहिती नको असते. तू ऐकतोस; तुला ती माहिती नको असते, तू दुर्लक्ष करतोस आणि मार्ग बदलतोस. परंतु जर त्या माहितीने तुझं लक्ष वेधून घेतलं तर तुला खरोखरच ते ऐकावंसं वाटतं, ती माहिती तुझ्यासाठी महत्त्वाची आहे का हे जाणून घेण्यासाठी. मग तुला हवं असेल तर तू तुझा दृष्टिकोन मांडू शकतोस, तो फक्त एक दृष्टिकोन आहे याची जाणीव ठेवून. निवड तुझी आहे परंतु लक्ष देऊन ऐकणं ही गुरुकिल्ली आहे.

तू जर लक्ष देऊन ऐकायला शिकला नाहीस तर मी आत्ता काय सांगतोय ते तुला कधीच समजणार नाही. तू लगेचच निष्कर्षाप्रत पोहोचशील आणि ते तुझं स्वप्न नसताना तुझं स्वप्न असल्याप्रमाणे

प्रतिक्रिया देशील. जेव्हा दुसरा कलाकार त्याच्या स्वप्नात तुला सहभागी करत असतो, तेव्हा जाणीव ठेव की, ते त्याचं स्वप्न आहे. तुला माहीत आहे की, तुझं स्वप्न कोणतं आहे आणि कोणतं स्वप्न तुझं नाही.

मला जसं जग दिसतंय, मी जसं स्वप्न पाहतोय, ते आता मी तुला सांगतोय आणि माझ्या कथा माझ्यासाठी सत्य आहेत; परंतु मला माहीत आहे की त्या खरोखर सत्य नाहीत म्हणून माझ्यावर विश्वास ठेवू नको. मी जे काही सांगतोय तो माझा दृष्टिकोन आहे. अर्थात माझ्या दृष्टिकोनातून मी तुला सत्य सांगतोय. मी प्रत्येक शब्द अचूकपणे वापरण्याचा पूर्ण प्रयत्न करतोय म्हणजे माझं बोलणं तुला समजेल परंतु मी तुला तंतोतत सत्य सांगितलं तरी मला माहीत आहे की, संदेश माझ्या मनातून तुझ्या मनात पोहोचताच तू त्याचा विपर्यास करशील. तू संदेश ऐकल्यावर तुझ्या दृष्टिकोनानुसार तोच संदेश स्वतःला अगदी वेगळ्या पद्धतीने सांगशील.

मग मी सांगतो ते कदाचित सत्य असेल किंवा नसेल, परंतु कदाचित तू समजूत करून घेतोस ते सत्य नाही. मी संदेशाचा अर्धा भाग आहे; उर्वरित अर्धा भाग तू आहेस. मी जे बोलतोय त्यासाठी मी जबाबदार नाही. तू जे समजून घेतोयस त्यासाठी तू जबाबदार आहेस. तुझ्या डोक्याचे ऐकून तू जे करतोस, त्यासाठी तू जबाबदार आहेस कारण ऐकलेल्या प्रत्येक शब्दाला अर्थ देणारा तू आहेस.

तू आता मी जे म्हणतोय त्याचा अर्थ तुझ्या वैयक्तिक ज्ञानानुसार लावत आहेस. म्हणजेच तुझ्या सर्व समजुतींशी समतोल साधत तू चिन्हांची जुळवणी व रूपांतर करत आहेस. एकदा का समतोल साधलास की तू माझी कथा सत्य म्हणून स्वीकारशील किंवा नाही आणि गृहीत धरशील की तू जे स्वतःला सांगतोयस तेच मला म्हणायचंय, परंतु याचा अर्थ असा नव्हे की तू धरलेलं गृहीत सत्य आहे. मी म्हणतोय त्याचा चुकीचा अर्थ तू काढू शकशील. तू जे ऐकतोस त्याचा वापर मला दोष देण्यासाठी, इतर कुणाला दोष देण्यासाठी, स्वतःला दोष देण्यासाठी, तुझ्या धर्माला किंवा तत्त्वज्ञानाला दोष देण्यासाठी, सर्वांवर रागावण्यासाठी, स्वतःवर

रागावण्यासाठी करू शकशील. तू जे ऐकतोस त्याचा वापर सत्याचा शोध घेण्यासाठी, स्वतःचा शोध घेण्यासाठी, आंतरिक शांती मिळविण्यासाठी आणि कदाचित तू स्वतःला देतो त्या संदेशामध्ये बदल घडविण्यासाठी करू शकतोस.

माझ्या शब्दांचा तू कसा उपयोग करणार, ते तुझ्यावर अवलंबून आहे. ते तुझं स्वप्न आहे आणि मला त्याचा आदर आहे. तू माझ्यावर विश्वास ठेवलाच पाहिजे असं नाही, परंतु तू लक्ष देऊन ऐकायला शिकलास तर मी काय म्हणतोय ते तुला समजेल आणि मग तुला हवं तर तू त्या माहितीला तुझ्या स्वप्नाचा भाग बनवू शकशील. जे तुझ्याबाबतीत लागू पडतं तेवढं घेऊन त्याचा उपयोग तुझ्या स्वप्नात सुधारणा आणण्यासाठी करू शकतोस आणि जे लागू पडत नाही ते सोडून दे. त्याचा मला काही फरक पडत नाही, परंतु तुला फरक पडू शकेल. कारण हे गृहीत आहे याची जाणीव असूनही मी गृहीत धरतो की तुला अजून चांगला कलाकार व्हायचंय आणि म्हणूनच तू स्वतःच्या समजुतींना आव्हान देतोयस.

मग शंका घे : माझ्यावर विश्वास ठेवू नकोस, इतर कुणावरही विश्वास ठेवू नको परंतु महत्त्वाचं म्हणजे स्वतःवर विश्वास ठेवू नकोस. जेव्हा मी म्हणतो स्वतःवर विश्वास ठेवू नको, अरे बापरे! तू याचे परिणाम पाहू शकतोस का? तू शिकलेल्या सर्व गोष्टींवर विश्वास ठेवू नकोस! स्वतःवर विश्वास न ठेवणं खूप फायद्याचं आहे कारण तू शिकलेल्यापैकी बरंचसं सत्य नसतं. तुला माहीत असलेलं सर्व काही तुझी संपूर्ण वस्तुस्थिती म्हणजे केवळ चिन्ह आहेत. परंतु तू म्हणजे तुझ्या डोक्यात बोलणारा चिन्हांचा कोलाहल नव्हे. तुला ते माहीत आहे आणि त्यामुळे तू शंका घेतोस आणि स्वतःवर विश्वास ठेवत नाहीस.

जर तुझ्या समजुती तुला सांगत असतील, मी जाडा आहे, मी कुरूप आहे, मी म्हातारा आहे, मी अयशस्वी आहे, मी तेवढा चांगला नाही, मी दुर्बल आहे, मला हे कधीच जमणार नाही, तर स्वतःवर विश्वास ठेवू नकोस, कारण ते सत्य नाही. हे संदेश विपर्यास आहेत. ते असत्य

आहेत. एकदा तुला असत्य दिसलं, की तू त्यावर विश्वास ठेवत नाहीस. साशंकतेचं सामर्थ्य वापरून तू स्वतःला देत असलेल्या प्रत्येक संदेशाला आव्हान दे. खरोखरच मी कुरूप आहे का? मी तेवढा चांगला नाही हे खरोखर सत्य आहे का? हा संदेश खरा आहे की आभासी? अर्थात, तो आभासी आहे. यातील कोणतेच संदेश सत्यातून, चैतन्यातून येत नाहीत; ते आपल्या ज्ञानाच्या विपर्यासातून येतात. सत्य हे आहे की कोणीही कुरूप नाही. तेवढं चांगलं किंवा तेवढं सशक्त असं काहीही नाही. असं कोणतंच नियमांचं पुस्तक नाही, ज्यानुसार ही मतं खरी आहेत. ही मतं म्हणजे माणसांनी दिलेली अनुमती आहे.

स्वतःवर विश्वास ठेवण्याचे परिणाम तू पाहू शकतोयस का? स्वतःवर विश्वास ठेवणे ही सर्वांत वाईट गोष्ट आहे, कारण आयुष्यभर तू स्वतःला असत्य सांगत आलायस आणि त्या असत्यांवर विश्वास केल्यामुळे तुझं स्वप्न आनंददायी नाही. तू स्वतःच्या बोलण्यावर विश्वास ठेवतो, तेव्हा चिन्हांचा उपयोग स्वतःला दुःख देण्यासाठी करतोस. तुझं वैयक्तिक स्वप्न अगदी नरक असू शकतं; कारण असत्यावर विश्वास ठेवून तू स्वतःचा नरक निर्माण करत असतोस. तू दुःख भोगतोयस याचा अर्थ असा नव्हे की कुणीतरी तुला भाग पाडतंय; तर तू तुझ्या डोक्यातल्या हुकूमशहाच्या आज्ञा पाळतोयस. जेव्हा हुकूमशहा तुझी आज्ञा पाळतो, जेव्हा तुझ्या मनात न्यायाधीश किंवा अत्याचारग्रस्त नसतो, तेव्हा तुला दुःख भोगावं लागत नाही.

तुझा हुकूमशहा निर्दयी आहे. तो नेहमीच चिन्हांचा वापर तुझ्या विरोधात करून तुझी निंदा करतो. मतं बनवून तो तुझ्यामध्ये त्या नकारात्मक भावना निर्माण करतो आणि त्यातून तयार होणाऱ्या विषामुळे तो फोफावतो. इतर कोणीही बनवणार नाही इतकी आपण स्वतःबद्दल मतं बनवितो. अर्थात मतं, अपराधीपणा, नकार, शिक्षा यापासून तू पलायन करण्याचा प्रयत्न करतोस. परंतु स्वतःच्या विचारांपासून तू कसा पळ काढणार? एखादी व्यक्ती आवडत नसेल तर तू निघून जाऊ शकतोस. जरी तू स्वतःला आवडत नसशील तरी कुठेही गेल्यावर स्वतःबरोबरच

असशील. तू इतरांपासून लपू शकतोस परंतु स्वतःच्या मतांपासून लपणं तुला शक्य नाही. असं दिसतंय, की यातून सुटका नाही.

म्हणूनच अनेक लोक प्रमाणाबाहेर खातात, अमली पदार्थांचं सेवन करतात, खूप दारू पितात आणि अनेक पदार्थांच्या व काहीतरी करत राहण्याच्या आहारी जातात. स्वतःच्या कथेपासून दूर जाण्यासाठी, स्वतःच्या निर्मितीपासून दूर जाण्यासाठी जी निर्मिती त्यांच्या डोक्यातील सर्व चिन्हांचा विपर्यास करते, असे लोक शक्य असेल ते करत राहण्याचा प्रयत्न करतात. काही व्यक्तींना इतकं भावनिक दुःख असतं की ते स्वतःचा जीव देण्याचं ठरवतात. असत्यांमुळे आपल्या कोणाच्याही बाबतीत असं घडू शकतं. ज्ञानाच्या आवाजाचा इतका विपर्यास होतो आणि स्वतःबद्दल इतका तिरस्कार निर्माण होतो, की तो माणसाला जिवे मारतो. आणि या सर्वांचं कारण फक्त एवढं आहे की आपण वर्षानुवर्षं तयार झालेल्या समजुतींवर विश्वास ठेवतो.

कल्पना कर की तुझी स्वतःची सर्व मतं व तुझ्या भोवतालच्या प्रत्येकाची मतं म्हणजे तुझ्या आतमधील एक प्रचंड वादळ आहे. त्या सर्व मतांवर तुझा विश्वास आहे अशी कल्पना कर! परंतु तू जर शंकेखोर असशील, स्वतःवर विश्वास ठेवत नसशील, तुझा इतर कोणावर विश्वास नसेल तर यातील कोणतीही मतं तुला त्रास देऊ शकणार नाहीत, तुला तुझ्या केंद्रापासून विचलित करू शकणार नाहीत. जेव्हा तुझं स्वतःच्या चिन्हांवर नियंत्रण असतं, तेव्हा तू स्थितप्रज्ञ असतोस, तू नेहमीच शांत, आरामात असतोस, कारण तुझं खरं स्वरूप तुझ्या आयुष्यातले पर्याय निवडतं, चिन्हं नव्हे. तुला जेव्हा काही व्यक्त करायचं असतं, तेव्हा तू चिन्हांना आज्ञा देतोस आणि ती त्या पद्धतीने तुझ्या तोंडातून बाहेर येतात.

तू कलाकार आहेस आणि तुला हवं त्या पद्धतीने तू चिन्हांची जुळवणी करू शकतोस कारण ती सर्व चिन्हं तुझ्या दिमतीला आहेत, तुला हवं ते मिळविण्यासाठी, तुला हवं ते किंवा नको ते व्यक्त करण्यासाठी जरी तू भाषेचा उपयोग केलास, तरी तुझा त्यावर विश्वास आहे असं

नव्हे. तुला जे आधीच माहीत आहे त्यावर विश्वास ठेवण्याची काय गरज आहे? एकटं असताना स्वतःशीच बोलणं पूर्णपणे निरर्थक आहे. तुला जे माहीत आहे त्या व्यतिरिक्त तू स्वतःला काय सांगणार?

जे तू पाहू शकतोस, जे शब्दांशिवाय तुला आधीच उमगलंय, त्यावर विश्वास ठेवण्याची काहीच गरज नाही. यामागचं कारण तुला पाचवा करार समजला असेल तर दिसेल. सत्य शब्दांसोबत येत नाही. सत्य निःशब्द आहे. ते असं असतं जे फक्त तुला माहीत असतं; ते असं असतं जे शब्दांशिवाय तुला जाणवू शकतं आणि त्याला निःशब्द ज्ञान म्हणतात. तू तुझा विश्वास चिन्हांमध्ये गुंतवण्याआधी तुला जे माहीत असतं, ते म्हणजे निःशब्द ज्ञान. जेव्हा तू स्वतःला सत्याप्रत खुलं करतोस व ऐकायला शिकतोस, तेव्हा सर्व चिन्हं त्यांचं महत्त्व गमावतात आणि फक्त सत्य उरतं. जाणून घेण्यासारखं काहीही उरत नाही; समर्थन करण्यासारखं काहीही नसतं.

मी जे सांगतोय ते आकलन होण्यासाठी सोपं नाही, परंतु त्याचवेळी ते इतकं साधं आहे की अगदी स्पष्ट आहे. शेवटी तुझ्या लक्षात येईल की भाषा ही चिन्हं आहेत. जी सत्य आहेत, कारण फक्त तू तसा विचार करतोयस आणि तू ती चिन्हं दूर ठेवलीस तर काय शिल्लक राहतं? सत्य. मग तुला खुर्ची दिसते आणि तुला त्या वस्तूचं नाव माहीत नसतं. परंतु तू त्यावर बसू शकतोस आणि तिथे सत्य असतं. भौतिक वस्तू सत्य आहे. जीवन सत्य आहे. प्रकाश सत्य आहे. प्रेम सत्य आहे. मानवी स्वप्नं सत्य नाही परंतु सत्य नसलं तरी ते वाईट आहे असं नव्हे. वाईट असणं ही अजून एक संकल्पना आहे, तीसुद्धा सत्य नाही.

जेव्हा तुझ्या लक्षात येतं की, चिन्हांचं संपूर्ण शास्त्र तू तुझ्यासारख्या इतरांशी संवाद साधण्यासाठी निर्माण केलंय, तेव्हा तुला उमगतं की, चिन्ह ही खरंतर चांगली किंवा वाईट किंवा योग्य किंवा अयोग्य नाहीत, तू तुझ्या विश्वासातून त्यांना योग्य किंवा अयोग्य बनवतोस. हे तुझ्या विश्वासाचं सामर्थ्य आहे परंतु सत्य विश्वासापलीकडे आहे. तू जेव्हा चिन्हांच्या पलीकडे जातोस, तेव्हा तुला परिपूर्णतेचं जग सापडतं, जिथे

निर्मितीमधील प्रत्येकजण व प्रत्येक गोष्ट परिपूर्ण असते. प्रत्येक शब्दामध्ये तू गुंतवलेला विश्वासदेखील परिपूर्ण आहे. तुझा राग, तुझं नाट्य आणि तुझी असत्यंदेखील परिपूर्ण आहेत. तू कधीतरी ज्या नरकात जगतोस, तोदेखील परिपूर्ण आहे कारण फक्त परिपूर्णता अस्तित्वात असते. कल्पना कर, की जर तू असत्य समजुती न शिकताच, अंधश्रद्धा, मतं यांमध्ये विश्वास गुंतवण्यातील दुःख न भोगताच संपूर्ण आयुष्य जगलास, तर तू इतर प्राण्यांप्रमाणे आयुष्य जगशील म्हणजेच तू तुझा निरागसपणा संपूर्ण आयुष्य जपशील.

सुसंस्कृत होण्याच्या प्रक्रियेत तू तुझा निरागसपणा हरवून बसतोस परंतु निरागसपणा हरवत असताना तू जे ठरवलंय ते शोधायला सुरुवात करतोस आणि यातूनच तुझ्या जाणिवा विस्तृत होतात. पूर्ण जागरूक झाल्यावर तू स्वतःच्या उत्क्रांतीची, तू आयुष्यात निवडणाऱ्या प्रत्येक पर्यायाची पूर्ण जबाबदारी स्वीकारतोस.

या ग्रहाला पडलेलं स्वप्न जेव्हा तुला शिकवतं, तेव्हा तुझ्यावर निवड स्वातंत्र्य नसतं; तू अनेक असत्ये शिकतोस. परंतु बहुधा ती असत्ये सोडून देण्याची व तुझ्या हृदयाला अनुसरून सत्याला अनुसरण्याची वेळ आली आहे. शिकलेलं सोडून देणं किंवा ज्याला मी सुसंस्कृत होणं, सोडून देणं म्हणतो, ती अतिशय मंदगतीने होणारी परंतु सामर्थ्यशाली प्रक्रिया आहे. आधी म्हटल्याप्रमाणे जेव्हा जेव्हा तू चिन्हामधील विश्वास काढून घेतोस, तेव्हा ती शक्ती तुला परत मिळते आणि ती तुझ्याकडे येतच राहते, जो संपूर्ण चिन्हशास्त्राचं तुझ्यावरील नियंत्रण संपुष्टात येईपर्यंत.

जेव्हा तू प्रत्येक चिन्हातील शक्ती काढून घेतोस व स्वतःकडे परत आणतोस, तेव्हा संपूर्ण स्वप्न शक्तिहीन होतं आणि जेव्हा ते सर्व सामर्थ्य तू परत मिळवतोस तेव्हा अजिंक्य ठरतोस. कोणीही तुझा पराभव करू शकत नाही. किंवा कदाचित असं म्हणायला हवं की तू स्वतःचा पराभव करू शकत नाहीस कारण दोन्ही गोष्टी एकच आहेत.

चिन्हांमध्ये गुंतवलेलं सर्व सामर्थ्य तू परत मिळविल्यावर डोक्यात येणाऱ्या प्रत्येक विचारावर तू विश्वास ठेवत नाहीस; तुझ्या कथेवर तू

विश्वास ठेवत नाहीस. परंतु तू तुझी कथा ऐकतोस आणि त्याबद्दल आदर असल्यामुळे कथेचा आनंद घेतोस. जेव्हा तू एखादा चित्रपट बघतोस किंवा कादंबरी वाचतोस, तेव्हा तुझा त्यावर विश्वास नसतो परंतु तू त्याचा आनंद घेऊ शकतो, बरोबर? एकदा का तू वस्तुस्थिती व आभासी वस्तुस्थिती यांतला फरक पाहू शकलास की तुला माहीत असतं, तू वस्तुस्थितीवर विश्वास ठेवू शकतोस आणि आभासी वस्तुस्थितीवर नाही परंतु तू दोन्हींचा आनंद घेऊ शकतोस. जे आहे त्यातील आनंद तू घेऊ शकतोस आणि तू जे निर्माण केलंयस त्यातील आनंद घेऊ शकतोस.

जरी तुला माहीत असलं की तुझी कथा खरी नाही, तरीही तू सर्वांत सुंदर कथा निर्माण करू शकतोस व त्या कथेद्वारा तू तुझ्या जीवनाला मार्ग दाखवू शकतोस. तू तुझा वैयक्तिक स्वर्ग निर्माण करून त्यात जगू शकतोस. तुला जर इतर व्यक्तींच्या कथा समजू शकल्या व ते तुझी कथा समजू शकले तर तुम्ही एकत्रितपणे सर्वांत सुंदर स्वप्न निर्माण करू शकता. परंतु सर्वप्रथम तुला शिकलेल्या अनेक गोष्टी सोडून द्यायला हव्यात आणि पाचवा करार यासाठी अजून एक परिपूर्ण साधन आहे.

जगात तू कुठेही गेलास तरी तुला लोकांकडून अनेक प्रकारची मतं व कथा ऐकायला मिळतील. तुला असे महान कथाकार भेटतील ज्यांना तू आयुष्यात काय करावं हे तुला सांगायचं असेल. तू असं कर, तू तसं कर इ.इ. त्यांच्यावर विश्वास ठेवू नको. शंका घे, परंतु लक्ष देऊन ऐकायला शिक आणि मग स्वतःचा पर्याय निवड. आयुष्यात निवडलेली प्रत्येक जबाबदारी घे. हे तुझं जीवन आहे; इतर कुणाचंही नाही आणि तू तुझ्या जीवनात काय करतोयस, याचा इतर कुणाशीही संबंध नाही हे तुझ्या लक्षात येईल.

शतकानुशतकं अशा व्यक्ती आहेत, ज्या स्वतःला ईश्वरी इच्छा माहीत असल्याचा दावा करतात आणि त्या जगभर फिरून सद्गुण, सदाचार शिकवितात व सर्वांची निंदा करतात. पूर्वीपासून अनेक भविष्यवेत्ते होऊन गेलेत ज्यांनी मोठ्या आपत्तीचं भाकित केलंय. हल्लीच काही लोकांनी भाकित केलं होतं की इ.स. २००० मध्ये सर्व संगणक

बंद पडतील व आत्ता असलेला समाज नाहीसा होईल. काही लोकांना तर वाटलं, आपण आदिमानवाच्या काळात परत जाऊ. तो दिवस उजाडला, आपण नवीन शतकाचं, नवीन वर्षाचं स्वागत केलं आणि काय झालं? काहीही नाही!

आजच्या सारखेच, हजारो वर्षांपूर्वी भविष्यवेत्ते होते, जे जगाच्या अंताची वाट पाहत होते. त्या वेळी एक महान गुरू म्हणाला, असे अनेक खोटे भविष्यवेत्ते होतील जे ईश्वराची वाणी असण्याचा दावा करतील. विश्वास ठेवू नकोस. हे बघ, पाचवा करार काही अगदी नवीन नाही. शंका घे, परंतु लक्ष देऊन ऐकायला शिक.

९

पहिल्यांदा लक्ष देऊन निर्माण झालेलं स्वप्न

अत्याचारग्रस्त

इथे मला स्वर्गातील ॲडम व ईव्ह यांची गोष्ट आठवते. ॲडम व ईव्ह संपूर्ण मानवजातीचं प्रतिनिधित्व करतात. ईश्वराने आपल्याला सांगितलं की आपण ज्ञानाच्या झाडाचं फळ सोडून इतर काहीही खाऊ शकतो. आपण ज्या दिवशी त्या झाडाचं फळ खाऊ, त्या दिवशी मरून जाऊ. आपण ते खाल्लं आणि मृत पावलो.

अर्थात ही एक गोष्ट आहे परंतु या गोष्टीचा अर्थ महत्त्वाचा आहे. या झाडाचं फळ खाऊन आपण का मृत्यू पावतो? कारण ज्ञानाच्या झाडाचं खरं नाव मृत्यूचं झाड असं आहे. स्वर्गातील दुसरं झाड म्हणजे जीवनाचं झाड. जीवन सत्य आहे आणि राज्य फक्त अस्तित्वात आहे, शब्द व चिन्हांशिवाय. ज्ञानाचं झाड हे जीवनाच्या झाडाचं फक्त प्रतिबिंब आहे. आपल्याला माहीतच आहे की, चिन्हांमधून ज्ञान तयार होतं आणि चिन्हं खरी नाहीत. आपण जेव्हा ज्ञानाच्या झाडाचं फळ खातो, तेव्हा चिन्हं आभासी वस्तुस्थिती बनतात आणि आपल्याशी ज्ञानाचा आवाज म्हणून बोलतात आणि आपण ती वस्तुस्थिती खरी समजून त्यात जगतो, म्हणजेच अर्थात अजागरूकपणे.

हे अगदी स्पष्ट आहे की, मानवाने मृत्यूच्या झाडाचं फळ खाल्लं. माझ्या दृष्टीनुसार या जगात असे लाखो लोक आहेत जे मृत आहेत; परंतु

त्यांना माहीत नाही की ते मृत आहेत. हो, त्यांची शरीरं जिवंत आहेत, परंतु आपण स्वप्न पाहतोय याची जाणीव नसताना ते स्वप्न पाहतायत आणि यालाच टॉलटेक पहिल्यांदा लक्ष देऊन निर्माण झालेलं स्वप्न म्हणतं.

पहिल्यांदा लक्ष देऊन निर्माण झालेलं स्वप्न म्हणजे पहिल्यांदा लक्ष वापरून पाहिलेलं स्वप्न. यालाच मी मानवांचं सामान्य स्वप्न असंसुद्धा म्हणतो किंवा आपण अत्याचारग्रस्ताची स्वप्न असंही म्हणू शकतो, कारण आपण स्वतः निर्माण केलेली सर्व चिन्हं, आपल्या डोक्यातील सर्व आवाज, आपल्या सर्व अंधश्रद्धा, आपल्या ज्ञानाचा झालेला विपर्यास, आपल्यावर अत्याचार करतात. अत्याचारग्रस्तांच्या स्वप्नात, ज्यामध्ये बहुतेक सर्वजण राहतात, त्यात आपला धर्म, आपलं सरकार, आपली विचार करण्याची, समजूत करून घेण्याची संपूर्ण पद्धत यांकडून आपल्यावर अत्याचार होतो.

लहानपणी आपण ज्ञानाच्या झाडाकडून येणाऱ्या असत्यापासून स्वतःचा बचाव करू शकत नाही. आधी म्हटल्याप्रमाणे आपले पालक, शाळा, धर्म व आपला संपूर्ण समाज आपलं लक्ष वेधून घेतात आणि त्यांच्या मनांशी व समजुतींशी ओळख करून देतात. आपण आपल्या धर्मावर विश्वास ठेवतो कारण आपले आई-वडील त्या धर्मावर विश्वास ठेवतात, त्या त्या प्रार्थनेच्या ठिकाणी आपल्याला घेऊन जातात आणि आपल्याला जे जे सांगितलं जातंय, त्यावर विश्वास ठेवायला आपण शिकतो. आपली देखभाल करणारी मोठी माणसं आपल्याला त्यांच्या कथा सांगतात आणि आपण शाळेत जाऊन अजून अजून कथा ऐकतो. आपण आपल्या देशाच्या कथा शिकतो; महान व्यक्ती, सर्व युद्ध, मानवी दुःख याबद्दल शिकतो.

मोठी माणसं आपल्याला समाजाचा भाग बनण्यासाठी तयार करतात आणि मी निश्चितपणे सांगू शकतो की समाजावर पूर्णपणे असत्याचं नियंत्रण असतं. आपणसुद्धा त्यांच्या स्वप्नात जगायला शिकू लागतो, त्या स्वप्नाच्या रचनेत आपला विश्वास अडकून पडतो आणि

ते स्वप्न आपल्यासाठी नित्याचं बनतं. परंतु माझा विश्वास आहे की, असं करण्यामागे मोठ्या माणसांचा काही वाईट हेतू नसतो. प्रौढ व्यक्ती त्यांना माहीत असलेलंच आपल्याला शिकवू शकतात; त्यांना जे माहीत नाही ते शिकवू शकत नाहीत. ते आयुष्यभर जे शिकले ते त्यांचं ज्ञान असतं; आयुष्यभर त्यांनी त्या ज्ञानावर विश्वास ठेवलेला असतो. तुझी खात्री असू दे की, तुझ्या आई-वडिलांनी सतत तुझ्या भल्यासाठी पूर्ण प्रयत्न केलेत. ते कमी पडले असले तर त्याचं कारण त्यांचं ज्ञान अपुरं होतं. नक्कीच त्यांची स्वतःबद्दल अनेक मतं होती आणि इतर सर्व व्यक्तींनादेखील त्यांच्याबद्दल मतं होती. ते पहिल्यांदा लक्ष देऊन निर्माण झालेल्या स्वप्नात राहत होते, पाताळ- ज्या स्वप्नाला आपण नरक म्हणतो, ते मृत होते.

अर्थात ही चिन्हं म्हणजे तंतोतंत सत्य नव्हे. सत्य या चिन्हांच्या मागे आहे. ते चिन्हांचं उद्दिष्ट किंवा अर्थ यामध्ये आहे. जेव्हा धर्मामध्ये नरकाच्या स्वप्नाचं वर्णन करतात, तेव्हा ते म्हणतात ती अशी जागा आहे जिथे आपण जाळले जातो, आपला निवाडा होतो, अंतिम शिक्षा ठोठावली जाते. खरंतर नरकाचं हे वर्णन म्हणजे मानवजातीचं नेहमीचं सामान्य स्वप्न आहे. मानवी मनात याच गोष्टी घडत असतात- निवाडा, अपराधीपणा, शिक्षा व भीतीतून निर्माण होणाऱ्या भावना- ज्या आपल्या आतमध्ये भडकलेल्या अग्नीप्रमाणे भासतात. भीती या पाताळाचा राजा आहे आणि आपल्या ज्ञानात विपर्यास निर्माण करून भीती आपल्या जगावर अधिराज्य गाजवते. भीती अन्यायाची दुनिया व भावनिक नाट्य निर्माण करते. असं दुःस्वप्न ज्यामध्ये लाखो लोक राहत आहेत.

जगातील सर्वांत मोठी भीती कोणती? सत्याची भीती. माणसाला सत्याची भीती वाटते कारण आपण अनेक असत्यांवर विश्वास ठेवायला शिकतो. अर्थात आपण विश्वास ठेवलेल्या असत्यांचीदेखील आपल्याला भीती वाटते. कोणतंही ज्ञान- मग ते सत्य असो वा काल्पनिक, आपल्याला सुरक्षिततेची भावना देतं, तरीसुद्धा आपल्याला दुःख मिळतं. कारण आपल्या ज्ञानावर आपला विश्वास असतो आणि आपलं बहुतेक

ज्ञान असत्य असतं. तो फक्त एक दृष्टिकोन असतो परंतु आपण विश्वास ठेवतो आणि तो चुकीचा अर्थ असलेला संदेश आपल्या मुलांना देतो. ही साखळी चालूच राहते आणि मानवी इतिहासाची पुनरावृत्ती होत राहते.

फार पूर्वी, सुज्ञ लोकांनी पहिल्या स्वप्नाची तुलना बाजाराच्या ठिकाणाशी केली, जिथे हजारो लोक एकाच वेळी बोलत असतात आणि कोणीही लक्ष देऊन ऐकत नसतं. टॉलटेकनं या स्वप्नाला 'मिटोटे' असं म्हटलंय, हा नाहुआत भाषेतील शब्द आहे- ज्याचा अर्थ 'आंतरिक आवाज जो आपल्याला सतत सांगत असतो की आपण एखादी गोष्ट साध्य करू शकत नाही किंवा आपल्यात काहीतरी कमतरता आहे.' मिटोटेमध्ये आपण शब्दाचा वापर आपल्या खच्चीकरणासाठी करतो आणि दुसऱ्यांशी संबंध येतो तेव्हा तो शब्द त्यांच्या खच्चीकरणासाठी वापरतो.

प्रत्येक माणूस जादूगार आहे आणि जादूगार एकमेकांशी संवाद साधताना भुरळ पाडतात. कसे? शब्दाचा गैरवापर करून, सर्वकाही व्यक्तिशः घेऊन, गृहीत धरल्यामुळे प्रत्येक गोष्टीचा विपर्यास करून, शब्दाच्या साहाय्याने निंदा-नालस्ती करून व भावनिक विष पसरवून- मुख्यत्वे आपल्या प्रिय व्यक्तींवर माणसं भुरळ पाडतात आणि जेवढा जास्त अधिकार तेवढी जास्त भुरळ. अधिकार म्हणजे माणसाकडे असलेली शक्ती ज्याद्वारे तो इतरांवर नियंत्रण ठेवतो, त्यांना आज्ञापालन करायला लावतो. लहानपणी समोरच्या व्यक्तीच्या वर्चस्वाची तुला वाटलेली भीती आठवून पाहा. प्रौढ व्यक्तींनाही वर्चस्वाची भीती वाटते असंसुद्धा तुला दिसेल. अधिकाराने बोललेले शब्द समोरच्यावर प्रभावीपणे भुरळ पाडून त्याच्यावर परिणाम घडवितात का? कारण आपण त्या शब्दांवर विश्वास ठेवतो.

या चिन्हांचं सामर्थ्य आपण जाणून घेतलं तर ती आपल्याला कुठे घेऊन जात आहेत, हे आपल्या लक्षात येईल. आपली वर्तणूक, आपला सर्वांशी असलेला संवाद परंतु मुख्यत्वे स्वतःशी असलेला संवाद यांतून ते लक्षात येईल. आपण एखाद्या कल्पनेने, समजुतीने, कथेने भारावून जातो.

कधीकधी राग आपल्याला व्यापून टाकतो, तर कधी असूया तर कधी प्रेम. आपलं लक्ष वेधून घेण्यासाठी चिन्हं चढाओढ करतात आणि ती सतत बदलत राहतात. आळीपाळीने ती आपल्यावर नियंत्रण मिळवतात. अशी हजारो चिन्हं आहेत, ज्यांना आपल्या डोक्यात जागा मिळवून नियंत्रण करायचं आहे. आधी म्हटल्याप्रमाणे ही सर्व चिन्हं जिवंत आहेत आणि त्यांना जीवन आपल्याकडून मिळतं कारण आपण विश्वास ठेवतो.

ती चिन्हं आपल्या डोक्यात बोलत, बोलत आणि बोलतच राहतात. ती कधीही थांबत नाहीत. जणू काही आपल्या डोक्यात एक कथाकथन करणारा आहे, जो आपल्याला अवतीभोवती घडणारी प्रत्येक गोष्ट सांगत आहे, जसं काही आपण ती गोष्ट पाहतोय याची आपल्याला जाणीव नाही. आता सूर्य मावळत आहे. बरं झालं. मला गरम होतंय. बघ, तिकडे झाडं आहेत! तो माणूस काय करतोय? तो काय विचार करत असावा? ज्ञानाच्या आवाजाला प्रत्येक गोष्टीचा अर्थ जाणून घ्यायचा असतो. आपल्या आयुष्यात घडणाऱ्या प्रत्येक गोष्टीचा अर्थ लावण्यासाठी तो अत्यंत उत्सुक असतो. तो आपल्याला काय करावं, कधी करावं, कुठे करावं, कसं करावं, ते सांगत असतो. आपण स्वतःला काय समजतो व काय समजत नाही, याची तो आपल्याला पूर्ण वेळ आठवण करून देत असतो. आपण जे नाही आहोत- ती प्रत्येक गोष्ट तो आपल्याला विचारतो.

पहिल्यांदा लक्ष देऊन निर्माण झालेल्या स्वप्नात आपलं जग हे रिॲलिटी शोप्रमाणे असतं, ज्याचा सूत्रधार ज्ञानाचा आवाज असतो आणि नक्कीच आपण बरोबर असतो व दुसरा नेहमीच चुकीचा असतो. कारण आपल्या शोमधील प्रत्येक गोष्टीचं समर्थन करण्यासाठी आपल्याला माहीत असलेल्या प्रत्येक गोष्टीचा आपण वापर करतो. हा एक नंबरचा रिॲलिटी शो आहे. त्या कथेतील प्रत्येक पात्र आपण तयार करतो आणि त्या प्रत्येक पात्राविषयीची आपली समजूत सत्य नसते आणि ती कधीही सत्य नव्हती. ज्ञानाचं संपूर्ण झाड आपल्या डोक्यात वास्तव्य करत असताना आपल्याला सत्य दिसत नाही. आपल्याला फक्त आपलं

ज्ञान दिसतं; आपल्याला फक्त असत्यं दिसतात. जेव्हा आपल्याला फक्त असत्यं दिसतात, तेव्हा आपलं लक्ष नरकाच्या स्वप्नात अडकतं, भोवतालच्या स्वर्गाची वस्तुस्थिती आपण पाहू शकत नाही. आणि याच प्रकारे मानव स्वर्गातून खाली पडला.

ॲडम व ईव्हच्या कथेमध्ये ज्ञानाच्या झाडामध्ये राहणाऱ्या एका सर्पाशी आपलं संभाषण झालं. तो सर्प म्हणजे अधोगती झालेला देवदूत होता, जो चुकीचे संदेश देत असे; तो असत्याचा राजकुमार होता व आपण निरागस होतो. सर्पाने आपल्याला विचारलं, तुला ईश्वरासारखं बनायचं आहे? प्रश्न सोपा आहे परंतु त्यातील चलाखी तुझ्या लक्षात आली का? आपण जर म्हणालो असतो, 'नाही, धन्यवाद, मी ईश्वरच आहे.' तर आपण अजूनही स्वर्गात राहिलो असतो परंतु आपण उत्तर दिलं, 'हो, मला देवासारखं बनायचं आहे.' ते असत्य आपल्या लक्षात आलं नाही; आपण फळ खाल्लं, असत्य गिळलं आणि आपण मृत्यू पावलो.

असत्य लक्षात न घेता आपण फळ खाल्लं याचं कारण म्हणजे अविश्वास. अविश्वास वाटण्यापूर्वी आपल्याला माहीत नसलं तरी सत्य तिथे असतं आणि आपण ते जगतो. एकदा का आपण असत्य ग्रहण केलं, की आपण ईश्वर आहोत यावरील आपला विश्वास उडतो आणि मग आपण ईश्वराला शोधायला सुरुवात करतो. पुढे आपण विश्वास ठेवतो की, ईश्वर भेटण्यासाठी आपल्याला मंदिरं बांधायला हवीत; ईश्वराची प्रार्थना करण्यासाठी ठरावीक जागा हवी. ईश्वराप्रत पोहोचण्यासाठी आपल्याला सर्व गोष्टींचा त्याग करायला हवा; आपल्याला स्वतःमध्ये दुःख निर्माण करून ते दुःख ईश्वराला अर्पण करायला हवं. लवकरच एक मोठं मंदिर उभं राहतं व त्यातील हजारो भक्तांचा विश्वास असतो की ते ईश्वर नाहीत. अर्थात, या ईश्वराला नाव देण्याची गरज भासते व त्यातूनच धर्म निर्माण होतो.

आपण पर्जन्य देवता, युद्धाची देवता, प्रेमाची देवता निर्माण करतो व त्यांना 'झीयुस', 'मार्स', 'अफ्रोडाईट' अशी नावं देतो. हजारो-लाखो

लोकांनी या देवतांवर विश्वास ठेवला आणि त्यांची पूजा केली. देवतांसाठी या लोकांनी स्वतःचा बळी दिला, स्वतःच्या मुलांचादेखील बळी दिला, कारण त्यांचा विश्वास होता की, या देवता सत्य आहेत. परंतु त्या सत्य होत्या का?

तुमच्या लक्षात येईल की आपण विश्वास ठेवलेलं पहिलं असत्य म्हणजे मी ईश्वर नाही. या असत्यातून मग दुसरं असत्य येतं, मग तिसरं, चौथं व आपण विश्वास ठेवत जातो. लवकरच इतकी असत्ये तयार होतात की आपण भारावून जातो व स्वतःचं ईश्वरत्व विसरून जातो. आपल्याला ईश्वराचं सौंदर्य व परिपूर्णता दिसते आणि आपल्याला ईश्वरासारखं बनण्याची इच्छा होते. आपल्याला परिपूर्णतेची प्रतिमा बनायचं असतं आणि आपण परिपूर्णतेचा शोध घेत राहतो.

माणसांना गोष्टी सांगायला आवडतं आणि आपण आपल्या मुलांना ईश्वर परिपूर्ण आहे, आपण वाईट वागल्यावर ईश्वर निवाडा करून आपल्याला शिक्षा देतो, अशा गोष्टी सांगतो. आपण त्यांना सांगतो की, जी लहान मुलं चांगली आहेत किंवा देवासारखी आहेत त्यांना सान्ताक्लॉज बक्षीस देतो. हे चुकीचे संदेश आहेत. न्यायनिवाडा करणारा देव अस्तित्वात नाही. सान्ताक्लॉज अस्तित्वात नाही. आपल्या डोक्यातील सर्व ज्ञान सत्य नाही.

हे बघ, आपण जेव्हा ज्ञानाच्या झाडातील सर्पाशी बोलतो, तेव्हा आपण स्वतःच्या विकृत प्रतिबिंबाशी बोलत असतो. ज्ञानाच्या झाडातील स्पर्शाची आपल्याला खरंतर खूप भीती वाटत असते. आपल्याला स्वतःच्या प्रतिबिंबाची भीती वाटत असते. हा वेडेपणा नाही का? स्वतःचं प्रतिबिंब आरशात पाहत असल्याची कल्पना कर. ते प्रतिबिंब म्हणजे जे खरं आहे त्याची तंतोतंत प्रतिकृती. परंतु आरशातील प्रतिमा जे खरं आहे त्याच्या उलट असते; तुझा उजवा हात आरशातील तुझा डावा हात असतो. प्रतिबिंबामुळे सत्याचा नेहमीच विपर्यास होतो.

लहानपणी अवतीभोवतीचे आरसे आपलं लक्ष वेधून घेतात. त्यामुळे आपल्याला ते दिसतात आणि आपण त्यात आपल्या विकृत

प्रतिमा पाहतो. त्या आरशांच्या मनःस्थितीनुसार, त्या क्षणानुसार, त्यांच्या मानसिकतेनुसार आपल्या भोवतालची माणसं त्यांच्या समजुतीनुसार आपण कसे आहोत, हे आपल्याला सांगतात. परंतु असा एकही स्पष्ट आरसा नाही ज्यात आपलं खरं प्रतिबिंब पडेल. सर्व आरसे पूर्णपणे विकृत आहेत. त्यांच्या समजुतींचा ते आपल्यावर प्रभाव पाडतात आणि त्यांच्या जवळजवळ सर्व समजुती असत्य आहेत. लहानपणी आपण निरागस असतो आणि प्रत्येक गोष्टींवर विश्वास ठेवतो. आपण असत्यावर विश्वास ठेवतो; आपण त्यांना जीवन देतो, आपण त्यांना सामर्थ्य देतो आणि लवकरच ती असत्ये आपल्या आयुष्यावर हुकमत गाजवू लागतात.

असत्याचा राजकुमार ही केवळ एक कथा असली तरी ती एक सुंदर कथा आहे, अशा चिन्हांतून तयार केलेली, ज्या आपल्याला समजू शकतात व ज्यातून निष्कर्ष काढता येतात. मला वाटतं, त्याला अगदी स्पष्ट अर्थ आहे. आपण ईश्वर नाही हे स्वप्न आपण जेव्हा पाहायला सुरुवात करतो, तेव्हा संपूर्ण दुःस्वप्न चालू होतं. स्वर्गातून अधोगती होऊन आपण थेट पाताळात जातो, ज्याला आपण नरक म्हणतो. आपण ईश्वराचा शोध घेऊ लागतो. आपण आपल्या 'स्व'चा शोध घेऊ लागतो कारण ज्ञानाचं झाड आपलं जीवन जगत असतं आणि आपला खराखुरा 'स्व' मृत असतो.

यावरून मला जिझसची अजून एक कथा आठवली. शिष्यांबरोबर जात असताना जिझसला एक मनुष्य दिसला, जो त्याच्या शिकवणुकीसाठी योग्य होता. जिझस त्या माणसाकडे जाऊन म्हणाला, 'माझ्याबरोबर चल.' तो माणूस उत्तरला, 'मी येईन, परंतु माझे वडील नुकतेच मृत पावलेत. त्यांचे अंत्यसंस्कार करून मग तुझ्याबरोबर येतो.' आणि जिझसने त्याला सांगितलं, 'मृत व्यक्तींना मृतावर अंत्यसंस्कार करू दे. तू जिवंत आहेस. माझ्याबरोबर चल.'

तुला गोष्ट समजली असेल तर हे सहज लक्षात येईल की, जेव्हा तू जागृत नसतो, तुझ्या स्वरूपाची तुला जाणीव नसते, तेव्हा तू मृत असतोस. तू सत्य आहेस, तू चैतन्य आहेस; तू प्रेम आहेस. परंतु सुसंस्कृत

होण्याच्या प्रक्रियेत बाहेरचं स्वप्न, या ग्रहाचं स्वप्न तुझं लक्ष वेधून घेतं आणि तुझ्या डोक्यात समजुती भरतं. हळूहळू तू बाहेरील स्वप्नाची प्रतिकृती बनतोस. तू आजूबाजूच्या सर्वांकडून जे काही शिकतोस, त्याची नक्कल करतोस. तू फक्त समजुतीची नव्हे, तर वर्तणुकीची नक्कल करतोस म्हणजेच लोक काय म्हणतात, याचीच फक्त नव्हे तर लोक काय करतात याचीसुद्धा तू नक्कल करतोस. तू आजूबाजूच्या लोकांची भावनिक अवस्था पाहतोस आणि त्याचीदेखील नक्कल करतोस.

तू खराखुरा आहेस तसा तू नसतोस कारण तुझ्या विकृत प्रतिमेने तुझा ताबा घेतलाय. आणि हे लक्षात यायला थोडं कठीण आहे. परंतु आत्तापर्यंत तूच स्वतःचा ताबा घेतलायस. आभासी 'तू'ने तुझा ताबा घेतलाय. तुझं स्वतःविषयीचं जे मत आहे; तुझी स्वतःविषयीची जी समजूत आहे ती म्हणजे आभासी तू आणि ती तुझी प्रतिमा अत्यंत सामर्थ्यशाली बनते. इतक्या वर्षांच्या सरावानंतर तू स्वतःला जे समजतोस, त्याचं ढोंग करण्यात तू निपुण होतोस. आणि तुझी स्वतःची विकृत प्रतिमा खरंतर तुझं थडगं आहे, कारण खराखुरा तू तुझं आयुष्य जगत नसतोस. मग तुझं आयुष्य कोण जगतंय?

तुझ्या आयुष्यातील सगळं नाट्य आणि दुःख खऱ्याखुऱ्या 'तू' ने निर्माण केलंय का? खराखुरा तू असं म्हणतोय का, आयुष्य म्हणजे दुःखाचा डोंगर आहे आणि आपण इकडे दुःख भोगायला आलोत? खराखुरा तू स्वतःविषयी मतं बनवून स्वतःला शिक्षा देतो का? आणि इतर लोकांना स्वतःला शिक्षा देण्यासाठी आमंत्रित करतो का? खराखुरा तू स्वतःच्या शरीराकडे दुर्लक्ष करत आहे का? खराखुरा तू स्वतःचा तिरस्कार करतोय का? खराखुरा तू हे सर्व स्वप्न पाहतोय का?

नाही, तो खराखुरा तू नाहीस. तू मृत आहे आणि हेच सत्य आहे आणि पुन्हा जिवंत होण्यासाठी कोणती गुरुकिल्ली आहे? जागरूकता. जागरूकता परत मिळविल्यावर तुझं पुनरुत्थान होतं आणि तुला पुनरुज्जीवन मिळतं. ख्रिश्चन परंपरेत पुनरुत्थानाच्या दिवशी जिझस मृतावस्थेतून परत येतो आणि स्वतःचं ईश्वरत्व जगाला दाखवितो. म्हणूनच तू इथे आहेस

: मृतावस्थेतून परत येऊन स्वतःचं ईश्वरत्व पुन्हा मिळविण्यासाठी. आभासी दुनियेतून, असत्याच्या जगातून परत येण्याची आणि तुझं सत्य, तुझं खरंखुरं स्वत्व याकडे परत येण्याची वेळ आली आहे. शिकलेली असत्ये सोडून देण्याची आणि खराखुरा तू बनण्याची वेळ आली आहे. हे साध्य करण्यासाठी तुला जिवंत होण्याची गरज आहे, जे सत्य आहे.

जिवंत होण्याची गुरुकिल्ली म्हणजे जागरूकता आणि ते टॉलटेकमधील एक महत्त्वाचं नैपुण्य आहे. जागरूकता तुला पहिल्यांदा लक्ष देऊन निर्माण झालेल्या स्वप्नातून बाहेर काढून मग दुसऱ्यांदा लक्ष देऊन निर्माण झालेल्या स्वप्नाप्रत नेते, जिथे तुझ्या डोक्यात हुकुमत गाजवणाऱ्या सर्व असत्यांच्या विरोधात तू बंड पुकारतोस. तू बंड करतोस आणि संपूर्ण स्वप्न बदलू लागतं.

१०
दुसऱ्यांदा लक्ष देऊन निर्माण झालेलं स्वप्न
योद्धा

जेव्हा आपण पहिल्यांदा स्वप्न पाहायला शिकतो, तेव्हा आपल्याला अनेक गोष्टी आवडत नसतात, आपण त्यांच्या विरोधात असतो, परंतु आपण ते स्वप्न आहे तसं स्वीकारतो. मग काही कारणास्तव आपल्याला जाणीव होते की, आपण ज्या पद्धतीने जगतोय, ते आपल्याला आवडत नाही; आपण काय स्वप्न पाहतोय याची आपल्याला जाणीव होते आणि आपल्याला ते स्वप्न नको असतं. आता आपण आपल्या लक्ष्याचा दुसऱ्यांदा उपयोग करून आपलं स्वप्न बदलण्याचा, दुसरं स्वप्न निर्माण करण्याचा प्रयत्न करतो. यालाच टॉलटेक दुसऱ्यांदा लक्ष देऊन निर्माण झालेलं स्वप्न किंवा योद्ध्याचं स्वप्न असं म्हणतं, कारण आता आपण आपल्या ज्ञानातील सर्व असत्यांच्या विरोधात युद्ध पुकारतो.

या दुसऱ्या स्वप्नामध्ये आपण शंका घ्यायला सुरुवात करतो : कदाचित मी शिकलेलं सर्व काही सत्य नाही. आपल्या समजुतींना आपण आव्हान द्यायला सुरुवात करतो, आपण बनविलेल्या सर्व मतांबद्दल शंका घ्यायला सुरुवात करतो. आपल्याला जाणवतं की, आपल्या डोक्यात असं काहीतरी आहे जे आपल्याला अनेक गोष्टी करायला भाग पाडतं, ज्या कदाचित आपल्याला करायच्या नाहीत - असं काहीतरी ज्याच्याकडे आपल्या मनाचा पूर्ण ताबा आहे - आणि ते आपल्याला आवडत नाही.

हे आपल्याला आवडत नाही म्हणून आपल्यावर बंड करण्याची वेळ येते.

त्या लढ्यामध्ये आपण आपला खरेखुरेपणा परत मिळविण्याचा प्रयत्न करतो, ज्याला मी 'स्व'चं अखंडत्व किंवा 'पूर्णत्व' म्हणतो. लक्ष्याच्या पहिल्या स्वप्नात खऱ्याखुऱ्या 'स्व'कडे पर्याय नसतो; तो पूर्णपणे अत्याचारग्रस्त असतो. आपण बंड पुकारत नाही; आपण प्रयत्नदेखील करत नाही, परंतु आता आपल्याला अत्याचारग्रस्त राहायचं नाही आणि आपण आपलं जग बदलण्याचा प्रयत्न करतो. आपण आपलं वैयक्तिक स्वातंत्र्य परत मिळविण्याचा प्रयत्न करतो – आपण खरेखुरे आहोत तसं असण्याचं स्वातंत्र्य, आपल्याला जे करायचं आहे ते करण्याचं स्वातंत्र्य. योद्ध्यांचं जग हे प्रयत्नांचं जग आहे. आपल्याला न आवडणारं जग आपण बदलण्याचा प्रयत्न करतो. आपण प्रयत्न करत राहतो आणि युद्ध संपण्याचं चिन्ह दिसत नाही.

योद्ध्यांच्या स्वप्नात आपण युद्ध करत असतो परंतु ते युद्ध इतर व्यक्तींशी नसतं. त्याचा बाहेरील स्वप्नाशी काहीही संबंध नसतो. सर्व गोष्टी आपल्या मनामध्ये घडत असतात. ते युद्ध आपल्या मनाच्या अशा भागाशी असतं, जो आपल्याला वैयक्तिक नरकाकडे नेणारे सर्व पर्याय निवडायला प्रवृत्त करतो. हे युद्ध खराखुरा स्व आणि आपण ज्याला हुकूम शहा, मोठा न्यायाधीश, नियमांचं पुस्तक, मानसिकता म्हणतो त्यांच्यात असतं. ते कल्पना, मतं, समजुती यांमधील युद्ध आहे. मी याला देवतांचं युद्ध असंदेखील म्हणतो, कारण या सर्व कल्पना मानवी मनात वर्चस्व मिळविण्यासाठी लढा देतात आणि प्राचीन काळातील देवतांप्रमाणे या कल्पना मानवी बळी घेतात.

हो, देवतांना मानवी बळी देणं अजून सुरू आहे, जरी आपण मानवी बळी देण्यावर आपला विश्वास नाही असा दावा केला तरी. अर्थात आपण या देवतांची नावं बदलतो, आपण ज्यांना देव म्हणतो अशा सर्व चिन्हांचा अर्थ बदलतो. कदाचित आपण अपोलो, झियुस, ओसिरीस यांच्यावर आता विश्वास ठेवत नाही; परंतु आपण न्यायावर विश्वास ठेवतो, स्वातंत्र्यावर विश्वास ठेवतो, लोकशाहीवर विश्वास ठेवतो. ही

नवीन देवांची नावं आहेत. आपण आपलं सामर्थ्य या चिन्हांना देतो, आपण त्यांना देवाचं स्थान देतो आणि त्यांच्यासाठी आपल्या आयुष्याचा बळी देतो.

मानवी बळी जगभरात पूर्वापार घडत आलेत आणि आपण त्याचे परिणाम पाहू शकतोय : आपल्याला हिंसाचार दिसतोय, गुन्हे दिसतायत, तुरुंग भरलेले दिसतायत, युद्ध दिसतायत, मानवजातीचं नरकारचं स्वप्न दिसतंय, कारण आपला अनेक अंधश्रद्धा व ज्ञानाचा विपर्यास यांवर विश्वास आहे. मानव युद्ध निर्माण करतात आणि आपल्या मुलांना युद्धात बळी जाण्यासाठी पाठवितात. बऱ्याच वेळा त्या मुलांना आपण कशाविरुद्ध लढा देतोय, हेदेखील माहीत नसतं.

मोठ्या शहरातील टोळीयुद्ध आपण पाहतो. अनेक तरुण अभिमानाच्या नावाखाली, फायद्यासाठी, त्यांची श्रद्धा असलेल्या देवाच्या नावाखाली, स्वतःचा जीव देतात आणि इतरांना ठार मारतात. ते स्वतःच्या अभिमानासाठी, जमिनीच्या छोट्या तुकड्याचा ताबा मिळविण्यासाठी लढा देतात, ते त्यांच्या डोक्यात असलेल्या व जॅकेटवर असलेल्या चिन्हासाठी लढा देतात आणि स्वतःचा बळी देतात. एखाद्या छोट्याशा पेठेपासून या ग्रहावरील मोठ्या राष्ट्रांपर्यंत आपल्याला दिसतं की लोकांच्या संघटना अशा कारणांसाठी लढा देत असतात, आपापल्या देवांचं समर्थन करत असतात, जी कारणं खरंतर अस्तित्वातच नाहीत. त्यांच्या डोक्याच्या आतमध्ये युद्ध सुरू असतं, परंतु समस्या अशी आहे की ते युद्धाला स्वतःच्या बाहेर पाठवतात आणि एकमेकांचा जीव घेतात.

कदाचित मानवी बळी यावर आपला विश्वास नसेल परंतु आता अशी माणसं आहेत जी म्हणतात, मी स्वतःचा बळी देईन. मला बंदूक द्या आणि कोणी मला मारण्यापूर्वी जमेल तेवढ्या लोकांना मी मारेन आणि हे माझं मत नाही, हे वास्तव आहे. मला असं म्हणायचं नाही की मानवी बळी चुकीचा आहे. तो अस्तित्वात आहे आणि त्याचं अस्तित्व आपल्याला नाकारता येणार नाही कारण जगातील वेगवेगळ्या संस्कृतींमध्ये आपण तो दररोज पाहतो. आपण तो पाहतो आणि त्यात सहभागीदेखील होतो.

एखाद्याने चूक केली आणि नियम मोडताना पकडला गेला तर आपण काय करतो? त्याला सुळावर चढवतो, त्याच्याविषयी मत बनवितो, निंदा करतो. मानवी बळीचा हा अजून एक प्रकार आहे. बरोबर आहे, नियम असतात आणि नियमांचं उल्लंघन करणं कदाचित मोठा गुन्हा असेल आणि कदाचित त्यातील काही नियम पूर्णपणे अनैसर्गिक असतील. परंतु ते नियम आपण निर्माण केलेत, त्याचं पालन करण्याची अनुमती आपण दिलीय आणि त्यांची आवश्यकता असेपर्यंत आपण त्यांचं पालन करत राहतो आणि आत्ता आपल्याला त्यांची आवश्यकता आहे.

माणसं इतक्या असत्यांवर विश्वास ठेवतात, की एखादी छोटी गोष्टसुद्धा मोठा राक्षस बनते आणि आपल्याला दुःख देते. बहुतेक वेळा ते केवळ एक मत असतं आणि मुख्यतः ते स्वतःचं मत असतं : बिच्चारा मी, मी नऊ वर्षांचा असताना माझ्या बाबतीत काय घडलं ते बघ. काल रात्री मला काय झालं ते बघ! बघ. तुझ्या भूतकाळात जे घडलं ते आता सत्य नाही. ती भयानक गोष्ट असेल परंतु आता ती सत्य नाही कारण वर्तमान हेच फक्त सत्य आहे, ज्यात तू जगत आहेस. तुझ्या भूतकाळात जे काही घडलं ती आभासी वस्तुस्थिती आहे आणि तुझ्या शरीराला ज्या इजा झाल्या त्या आधीच भरून निघाल्यात परंतु मन तुला दुःख देऊ शकतं आणि शरमेचं जिणं जगायला भाग पाडतं.

माणसं स्वतःचा भूतकाळ, इतिहास आपल्याबरोबर वाहून आणतात आणि हे म्हणजे एखादं जड शव वाहून नेण्यासारखं आहे. काहींसाठी ते फार जड नसतं परंतु बहुतेक लोकांसाठी ते शव खूप जड असतं. ते फक्त जड नसतं तर त्याला दुर्गंधी असते. आपल्यातील अनेकजण हे शव जवळच्या व्यक्तींबरोबर वाटून घेण्यासाठी मांडून ठेवतात. आपली स्मृती प्रबळ असल्यामुळे आपण आठवणी जिवंत करतो आणि वर्तमान क्षणात तो अनुभव पुन्हा पुन्हा जगत राहतो. प्रत्येक वेळी तो अनुभव आठवून आपण स्वतःला व इतरांना पुन्हा पुन्हा शिक्षा करत राहतो.

माणूस हा भूतलावरील एकमेव प्राणी आहे, जो एकाच चुकीसाठी स्वतःला आणि इतर सर्वांना हजारो वेळा शिक्षा देतो. आपण बाहेरच्या

जगातील अन्यायाबद्दल कसे बोलू शकतो, जेव्हा आपल्या स्वतःच्या डोक्यातील जगात अजिबात न्याय नाही. संपूर्ण विश्वात न्याय आहे परंतु खरा न्याय, आपण कलाकारांनी तयार केलेला न्यायाचा विपर्यास नव्हे. खरा न्याय म्हणजे क्रिया-प्रतिक्रिया यांना सामोरं जाणं. आपण परिणामांच्या जगात राहतो, प्रत्येक क्रियेची एक प्रतिक्रिया असते. खरा न्याय म्हणजे आपण केलेल्या प्रत्येक चुकीची एकदा भरपाई करणं. परंतु आपण आपल्या प्रत्येक चुकीची किती वेळा भरपाई करतो? अर्थात हा खरा न्याय नव्हे.

उदाहरणार्थ, तू दहा वर्षांपूर्वी केलेल्या चुकीसाठी तू अजूनही अपराधीपणाच्या व शरमेच्या भावनेमध्ये राहत आहेस. तुझ्या दुःखाचं तू कारण देतोस, मी महाभयंकर चूक केली, आणि तुला वाटतं की दहा वर्षांपूर्वी घडलेल्या गोष्टींमुळे तुला अजून दुःख होतंय. तू त्याच चुकीसाठी स्वतःचा पुन्हा एकदा निवाडा केला आणि अर्थात मोठा न्यायाधीश म्हणाला, तुला शिक्षा झाली पाहिजे. ही साधी क्रिया-प्रतिक्रिया आहे. स्वतःचा निवाडा करणं ही क्रिया आहे; अपराधीपणा व शरम या रूपात स्वतःला शिक्षा देणं ही प्रतिक्रिया आहे. आयुष्यभर तू ती क्रिया पुन्हा पुन्हा करत राहतो. वेगळ्या प्रतिक्रियेची अपेक्षा ठेवून आणि तसं कधीच घडत नाही. तुझं आयुष्य बदलण्याचा एकमेव मार्ग म्हणजे क्रिया बदलणं आणि मग प्रतिक्रिया बदलेल.

तुझ्या लक्षात येतंय का तू म्हणजेच ज्ञान तुला म्हणजेच मानवाला इजा करत आहेस? शिकलेल्या सर्व चिन्हांच्या साहाय्याने तू विचार करत आहेस, मतं बनवत आहेस. तू अशी कथा बनवत आहेस जी तुझ्यातील मानवाचा गैरवापर करत आहे. आणि जेव्हा मानवाचा गैरवापर होतो, तेव्हा नेहमीची प्रतिक्रिया म्हणजे राग, द्वेष, मत्सर किंवा आपल्याला दुःख देणाऱ्या सर्व भावना. आपली मज्जासंस्था हा भावनांचा कारखाना आहे आणि आपण जे ग्रहण करतो, त्यावर आपल्या भावना अवलंबून असतात. खरंतर आपण जे ग्रहण करतो, ती आपलीच मतं, आपलीच मानसिकता आणि आपलाच ज्ञानाचा आवाज असतो आणि आपल्या

आभासी जगावर न्यायाधीश, अत्याचारग्रस्त व मानसिकता यांचं अधिराज्य असताना आपण भीती, राग, द्वेष, अपराधीपणा व शरम या भावना निर्माण करतो. अजून कसली अपेक्षा करणार? प्रेमाची? नक्कीच नाही. परंतु क्वचित कधीतरी ती निर्माण करतो.

शब्द ही शक्ती आहे, जी आपण पाहू शकत नाही. परंतु आपण या शक्तीचं व्यक्त रूप पाहू शकतो, शब्दाचा आविष्कार जे म्हणजे तुझं स्वतःचं आयुष्य आहे. तुझ्या शब्दाच्या अचूकतेचं तुझ्या भावनिक प्रतिक्रियेवरून मोजमाप होऊ शकतं. तू आनंदी आहेस की दुःखी? तुझं स्वप्न आनंददायक आहे की दुःखदायक आहे, ते तसं आहे कारण तू ते स्वप्न त्याप्रकारे निर्माण केलंयस. बरोबर आहे, तुझे पालक, तुझा धर्म, शाळा, सरकार, संपूर्ण समाज या सर्वांनी तुला तुझं स्वप्न निर्माण करायला मदत केलीय आणि हे खरं आहे की तुला पर्याय नव्हता. परंतु आता तुला निवडस्वातंत्र्य आहे. तू स्वर्ग निर्माण करू शकतो किंवा नरक. लक्षात ठेव, दोन्हीही मनाच्या अवस्था आहेत, ज्या तुझ्या आत अस्तित्वात आहेत.

तुला आनंदी असायला आवडतं? मग आनंदी हो आणि आनंदीपणाची मजा घे. तुला दुःखी व्हायला आवडतं? मस्त; मग दुःखाची मजा का घेत नाहीस? तू नरक निर्माण करण्याचा पर्याय निवडलास तर चांगलं आहे. रड, दुःख भोग, तुझ्या दुःखातून महान कलाकृती उभी कर. परंतु तू जागरूक असशील तर नक्कीच स्वर्ग निवडशील, नरक नव्हे. आणि स्वर्ग निवडण्याचा मार्ग म्हणजे तुझे शब्द अचूकतेने वापर.

तू अचूकतेने शब्द वापरशील तर स्वतःविषयी मत कसं बनवशील? स्वतःला दोष कसा देशील? अपराधीपणा किंवा शरम कशाला बाळगशील? जेव्हा तू या सर्व भावना निर्माण करत नाहीस, तेव्हा तुला प्रफुल्लित वाटतं! आता तू पुन्हा हसतोस आणि ते पूर्णपणे अस्सल असतं. ठरावीक, साचेबद्ध असल्याचं तुला ढोंग करावं लागत नाही. तू जे नाहीस ते बनण्याचा प्रयत्न करत नाहीस. त्या क्षणी तू जसा असशील तसा असतोस. त्या क्षणी तू जसा आहेस तसा स्वतःला स्वीकारतोस. तू

स्वतःला आवडतोस, तुला स्वतःबरोबर असायला आवडतं. तू चिन्हांचा गैरवापर करून स्वतःचं खच्चीकरण करत नाहीस.

म्हणून मी पुन्हा एकदा सांगतो की जागरूक असणं खूप महत्त्वाचं आहे. चिन्हांचा आपल्यावर खूप प्रभाव असतो. चिन्हांनी मानवावर कसं नियंत्रण मिळवलं, याचा शोध घेण्याचा प्रयत्न योद्धा दुसऱ्या स्वप्नात करतो. योद्धयाचं संपूर्ण युद्ध चिन्हांच्या विरोधात असतं, आपल्या निर्मितीच्या विरोधात असतं. चिन्हांचा द्वेष आहे म्हणून नव्हे. चिन्ह ही कौशल्यपूर्ण निर्मिती आहे; ती आपली कला आहे आणि संवाद साधण्यासाठी त्या सर्व चिन्हांचा वापर करणं आपल्याला सोयीस्कर आहे. परंतु आपण जेव्हा आपली सर्व शक्ती त्या चिन्हांना देतो, तेव्हा आपण दुर्बल बनतो आणि आपली सुटका करण्याची गरज पडते. आपल्याला रक्षणकर्त्याची गरज भासते कारण स्वतःचं रक्षण करण्याचं सामर्थ्य आपल्यामध्ये नसतं.

मग आपण आपल्याबाहेर पाहतो व म्हणतो, 'हे देवा! माझं रक्षण कर.' परंतु आपलं रक्षण करणं ईश्वर, जिझस किंवा बुद्ध किंवा मोझेस किंवा महंमद किंवा कोणताही मौलवी, पंडित यांची जबाबदारी नसते. त्यांनी आपलं रक्षण केलं नाही तर आपण त्यांना दोष देऊ शकत नाही. कोणीही आपलं रक्षण करू शकत नाही. कारण आपल्या आभासी दुनियेत जे काही घडतं, त्याला इतर कुणीही जबाबदार नाही. धर्मगुरू, पुरोहित, रब्बी किंवा गुरू आपलं जग बदलू शकत नाहीत; आपला जोडीदार, मुलं, मित्र ते बदलू शकत नाहीत. इतर कोणीही आपली दुनिया बदलू शकत नाही कारण आपली दुनिया फक्त आपल्या डोक्यात असते.

अनेकजण म्हणतात की जिझस आपल्या पापातून आपल्याला वाचविण्यासाठी मृत्यू पावला. ही एक सुंदर गोष्ट आहे, परंतु जिझस आपल्या आयुष्यातील पर्याय निवडत नसतो. आपलं रक्षण करण्याऐवजी जिझसने आपल्याला 'काय करावं' ते सांगितलं. तुला मदत हवी आहे? ठीक आहे; मग तुला सत्याचा मार्ग अनुसरला पाहिजे. तू क्षमा केली पाहिजे. इतरांवर प्रेम केलं पाहिजे. त्याने आपल्याला सर्व साधनं उपलब्ध केली, परंतु आपण म्हणतो, नाही, मी क्षमा करू शकत नाही.

त्याऐवजी भावनिक विष, अहंकार, राग, द्वेष यांमध्ये जगणं मला मान्य आहे. आपल्या प्रिय व्यक्तींशी आपण भांडत असलो, आपण आपल्या अवतीभोवती विरोध निर्माण करत असलो तर लक्षात ठेवा आपण परिणामांच्या जगात राहतोय. प्रथम आपल्याला ते सर्व सोडून द्यायला हवं. क्षमा करायला हवी. कारण आपल्या भावनिक शरीरातून भावनिक विष काढून टाकण्याचा तो एकमेव मार्ग आहे.

आपल्या सर्वांच्यात भावनिक विष आहे कारण आपल्या सर्वांना भावनिक जखमा आहेत. असं घडतं ज्याप्रमाणे कापल्यामुळे किंवा पडल्यामुळे हाड मोडल्यावर आपल्या शरीराला इजा होणं जसं साहजिक आहे त्याचप्रमाणे भावनिक शरीराला इजा होणं साहजिक आहे. कारण आपण जिवंत आहोत, कारण आपल्या भोवताली हिंस्र श्वापदं आहेत आणि आपण हिंस्र श्वापदं आहोत. परंतु दोष कुणाचाच नाही; हे असंच आहे. आपण दोष देतो तेव्हा आपलं भावनिक विष आपल्याला दोष द्यायला भाग पाडतं. दोष देण्याऐवजी आपण स्वतःची जखम भरून काढण्याची जबाबदारी घेऊ शकतो.

तू जर कोणी येऊन तुझं रक्षण करण्याची वाट पाहत असशील तर व्यर्थ आहे कारण तुझं रक्षण तू स्वतः करायला हवं. तू स्वतःचा रक्षणकर्ता आहेस परंतु असे गुरू आहेत जे जागरूकता परत मिळविण्यासाठी व वैयक्तिक युद्ध जिंकण्यासाठी तुला साधनं देऊ शकतात. आणि असे कलाकार आहेत, जे तुझ्या कलेतून स्वर्गीय कलाकृती कशी निर्माण करावी, हे तुला दाखवू शकतात.

असं म्हणूया, की तू एक चांगला कलाकार आहेस; परंतु मग एक निपुण कलाकार येऊन म्हणतो, ‘मला तू आवडतोस. तू माझ्याकडे ये.’ मी तुला शिकविन. निपुण कलाकार होण्यासाठी पहिलं व सर्वांत महत्त्वाचं साधन म्हणजे, अचूक शब्दाचा वापर कर. ही अगदी सोपी गोष्ट आहे. तुझी कथा तू लिहितोयस आणि तुला तुझ्या विरोधात कथा लिहायची नाही. दुसरं म्हणजे कोणतीही गोष्ट व्यक्तिशः घेऊ नकोस. याची तुला खूप मदत होईल; तू याला फक्त अनुमती दिलीस तर बरंचसं

नाटक बंद होईल. तिसरं म्हणजे गृहीत धरू नकोस. स्वतःचा नरक तयार करू नकोस; अंधश्रद्धा व असत्य यांच्यावर विश्वास ठेवणं सोडून दे. चौथं म्हणजे नेहमी तुझी सर्वोत्तम कृती कर. सरावामधून निपुण व्यक्ती घडते. अगदी सोपं.

मग असा क्षण येतो, जेव्हा तू तुझी संपूर्ण निर्मिती पुन्हा वेगळ्या दृष्टिकोनातून पाहतोस. तुझ्या लक्षात येऊ लागतं की तू तुझ्या जीवनाचा कुशल कलाकार आहेस. तूच आहेस जो कॅनव्हास, रंग, ब्रश व कलाकृती निर्माण करतोयस. तुझ्या आयुष्याच्या कॅनव्हासवरील रंगाच्या प्रत्येक फटकाऱ्याला तूच अर्थ देतोयस. तुझ्या कलाकृतीमध्ये तूच सगळा विश्वास गुंतवतोयस आणि म्हणतोस, मी निर्माण करत असलेली कथा सुंदर आहे परंतु आता माझा त्यावर विश्वास नाही, माझा माझ्या कथेवर किंवा इतर कुणाच्या कथेवर विश्वास नाही. मी पाहू शकतोय की ती केवळ कलाकृती आहे. ग्रेट! हा पाचवा करार आहे. सहज जाणिवेप्रत, सत्याप्रत, तुझ्या खऱ्याखुऱ्या स्वरूपाप्रत परत ये. शंका घे परंतु लक्ष देऊन ऐकायला शिक.

दुसऱ्यांदा लक्ष देऊन निर्मिलेल्या स्वप्नामध्ये युद्ध जिंकण्यासाठी व तुझं जग बदलण्यासाठी तुला साधनांची आवश्यकता असते आणि हे करार त्यासाठीच आहेत. तुझ्या स्वप्नात परिवर्तन आणण्यासाठी, तुझ्या स्वप्नात निपुणता आणण्यासाठी ही साधनं आहेत आणि या साधनांचं काय करायचं, ते तुझ्यावर अवलंबून आहे. या साध्याशा पाच करारांमध्ये तू आयुष्यभर भीतीमुळे केलेल्या सर्व संकुचित करारांबद्दल शंकेची बी पेरण्याचं सामर्थ्य आहे. तुझ्या ज्ञानातील असत्ये सोडून देण्याचा एकच उपाय म्हणजे लक्ष्याचा उपयोग करणं. तुझं पहिलं स्वप्न तयार करण्यासाठी तू लक्ष्याचा उपयोग केलास आणि ते स्वप्न सोडून देण्यासाठी सुद्धा तू लक्ष्याचा उपयोग करतोस.

लक्ष्याचा दुसऱ्यांदा उपयोग करून तुझा व्यक्तिगत स्वर्ग निर्माण करण्यासाठी चार करार ही साधनं आहेत आणि चिन्हांच्या हुकूम शाहीविरुद्धचा लढा जिंकण्यासाठी पाचवा करार हे साधन आहे.

तुमच्या व्यक्तिगत परिवर्तनासाठी चार करार ही साधनं आहेत आणि या परिवर्तनाच्या अखेरीस पाचवा करार आहे आणि तो करार म्हणजे स्वतःला सर्वोत्तम भेटवस्तू देण्याची सुरुवात आहे : साशंकता ही भेटवस्तू.

आपण आधी म्हटलं आहे की, अविश्वासामुळे स्वर्गातून आपली अधोगती झाली आणि स्वर्गामध्ये परत जाण्यासाठीसुद्धा विश्वास लागतो. आपला विश्वास परत मिळविण्यासाठी, आपण विश्वास ठेवलेल्या प्रत्येक असत्य व अंधश्रद्धेतील आपलं सामर्थ्य परत आपल्याकडे आणण्यासाठी साशंकता या साधनाचा आपण उपयोग करतो. अर्थातच साशंकतेचं सामर्थ्य आपण आपल्या विरुद्ध वापरू शकतो, स्वतःबद्दल शंका घेऊन, सत्याबद्दल शंका घेऊन. ॲडम व ईव्हच्या कथेमध्ये आपण ईश्वर आहोत याबाबत आपण शंका घेतो, त्या शंकेमधून दुसरी शंका निर्माण झाली, मग तिसरी मग चौथी. आपण जेव्हा सत्याबद्दल शंका घेतो, तेव्हा असत्यावर विश्वास ठेवायला सुरुवात करतो. लवकरच आपण इतक्या असत्यांवर विश्वास ठेवतो, की आपण सत्य पाहू शकत नाही आणि आपली स्वर्गाच्या स्वप्नातून अधोगती होते.

नरकात जाण्यासाठी व नरकातून बाहेर पडण्यासाठी साशंकता ही आपण तयार केलेली महान निर्मिती आहे. चिन्हांनी झपाटून जाण्यासाठी साशंकता एकतर नरकाचा दरवाजा खुला करते किंवा झपाटलेपण संपविण्यासाठी साशंकता दरवाजा बंद करते. जेव्हा आपण स्वतःबद्दल शंका घेतो, सत्याबद्दल शंका घेतो, तेव्हा ज्ञानाचं संपूर्ण झाड– आयुष्यभर ज्या पुराणकथांनी आपलं लक्ष नियंत्रित केलं– आपल्याकडे परत येऊ लागतं. ज्ञानाचा आवाज पुन्हा एकदा आपल्यावर ताबा मिळवतो आणि चिन्हांबरोबर, गृहीतांबरोबर येणारा राग, द्वेष, अन्याय आपल्याला जाणवू लागतो.

मग स्वतःबद्दल साशंक असण्याऐवजी स्वतःवर विश्वास ठेव. सत्याबद्दल साशंक असण्याऐवजी असत्यावर शंका घे; परंतु लक्ष देऊन ऐकायला शिक. पाचवा करार स्वर्गाचं दार खुलं करतो आणि बाकी सगळं तुझ्यावर अवलंबून आहे. हा करार स्वर्गात असणं आणि स्वर्ग

तुझ्यात असणं याबद्दल आहे. हा करार म्हणजे चिन्हांमध्ये अगदी तुझ्या स्वतःच्या नावामध्ये असलेली तुझी गुंतवणूक सोडून देणं आणि अमर्यादतेत मिसळून जाणं, अस्सल बनणं, स्वतःवर पूर्ण विश्वास असणं. कारण थोडी शंकासुद्धा स्वर्गाच्या अनुभवाचा अंत करू शकते.

जेव्हा तुझा स्वतःवर विश्वास असतो, तेव्हा तू सहजप्रेरणा अनुसरतोस. तू कोण आहेस याबाबत तुला शंका नसते आणि तू सहजजाणिवेप्रत परततोस. तुझ्या खरेखुरेपणाचं सामर्थ्य तुझ्याकडे असतं; तुझा स्वतःवर विश्वास असतो, तुझा जीवनावर विश्वास असतो. तुझा विश्वास असतो की सर्वकाही सुरळीत आहे आणि मग जीवन अगदी साधं-सोपं होतं. प्रत्येक गोष्ट जाणून घेण्याची मनाला आता गरज भासत नाही. एक तर तुला माहीत असतं किंवा माहीत नसतं, परंतु तुला माहीत आहे की नाही याबाबत शंका नसते. जर तुला माहीत नसेल तर आपल्याला माहीत नाही हे तू स्वीकारतोस. माहीत असल्याचं नाटक करत नाहीस. जेव्हा तू पूर्णपणे सच्चा असतोस तेव्हा स्वतःशी खरं बोलतोस, कसलीही शंका नसते : मला हे आवडतं, मला हे आवडत नाही. मला हे पाहिजे आहे; मला हे नको आहे. तुला जे आवडत नाही ते करावं लागत नाही. तू जे आवडतं, ते करत आयुष्याचा आनंद घेतोस.

जेव्हा आपण इतरांसाठी त्याग करण्याचा प्रयत्न करतो, तेव्हा आपण आयुष्य अवघड बनवितो. नक्कीच तू इथे कोणासाठीही त्याग करायला आला नाहीत. तू इतरांचं समाधान करण्यासाठी इथे आलेला नाहीस. दुसऱ्यांदा लक्ष देऊन निर्माण झालेल्या स्वप्नातील पहिलं आव्हान म्हणजे आहे तसं असण्याची भीती. तू खराखुरा आहे तसा या आव्हानाला सामोरं जाण्याचं धाडस तुझ्यात असेल तर तुझ्या लक्षात येतं की ज्याची तुला भीती वाटत होती, ते अस्तित्वातदेखील नाही. तुझ्या असंही लक्षात येतं की तू जसा नाहीस, तसं बनण्याचा प्रयत्न करण्यापेक्षा तू जसा आहेस तसं राहणं जास्त सोपं आहे. नरकाचं संपूर्ण स्वप्न तुला दमवतं, कारण समाजामध्ये प्रतिमा जपण्यात, मुखवटा धारण करण्यात ऊर्जा खर्ची पडते. या खोटेपणामुळे तुझी दमणूक होते; तू आहे तसा न

असू शकल्यामुळे तुझी दमणूक होते. अगदी अस्सल, प्रामाणिक असणं एवढंच तू करू शकतोस. जेव्हा तू सच्चा असतोस, तेव्हा तू तुला हवं ते करू शकतोस; हवं त्यावर विश्वास ठेवू शकतोस आणि त्यातच स्वतःवर विश्वास ठेवणंदेखील समाविष्ट आहे.

चिन्हांवर विश्वास ठेवण्याऐवजी स्वतःवर विश्वास ठेवणं किती अवघड होऊ शकतं? तू शास्त्रीय स्पष्टीकरणं, वेगवेगळे धर्ममतं, समजुती व दृष्टिकोन यांवर विश्वास ठेवू शकतोस; परंतु हा खराखुरा विश्वास नाही. स्वतःवरचा विश्वास हा खराखुरा विश्वास. खराखुरा विश्वास म्हणजे स्वतःवर अखंड विश्वास असणं, कारण तुझं खरं स्वरूप तू जाणतोस आणि तुझं खरं स्वरूप हे सत्य आहे.

तुझ्या खऱ्या स्वरूपाची पुन्हा जाणीव झाल्यावर तुझ्या डोक्यातील युद्ध थांबतं. हे स्पष्ट होतं की सर्व चिन्हं निर्माण करणारी व्यक्ती तू आहेस. आणि तुझ्या शब्दांना सामर्थ्य कोठून मिळतं? हे स्पष्ट असल्यामुळे तुझ्या शब्दाला सामर्थ्य असतं आणि तुझ्या शब्दाचं सामर्थ्य कोणीही थांबवू शकत नाही. तुझा शब्द अस्सल असतो. कारण चिन्हांचं तुझ्यावर वर्चस्व असण्याऐवजी तुझं चिन्हांवर वर्चस्व असतं. तुझा शब्द अचूक असतो. तेव्हा तुझ्या जीवनातील प्रत्येक निवड सत्यावर आधारित असते आणि डोक्यातील हुकूमशहाच्या विरोधात असलेलं युद्ध तू जिंकतोस. शब्द तुझ्या दिमतीला उभे असतात. परंतु तू जेव्हा शब्द संवाद साधण्यासाठी, दुसऱ्याशी संबंध जोडण्यासाठी वापरतोस, तेव्हा फक्त त्यांना अर्थ प्राप्त होतो. जेव्हा तू शब्दांचा वापर थांबवतोस, तेव्हा पुन्हा ते अर्थहीन बनतात.

दुसऱ्यांदा लक्ष देऊन निर्माण झालेल्या स्वप्नाच्या शेवटी मानवी रूपाला तडा ज़ायला सुरुवात होते आणि तुझी वस्तुस्थिती पुन्हा एकदा बदलते. ती बदलते कारण आता तू जगाकडे समजुतीच्या संकुचित दृष्टिकोनातून पाहत नाहीस. युद्ध संपतं कारण तुझा विश्वास असत्यामध्ये गुंतलेला नाही. असत्यं अजूनही अस्तित्वात असली तरी तुझा आता त्यावर विश्वास नसतो. सत्य अस्तित्वात आहे हे जाणल्यामुळे तुला

सत्यावर विश्वास ठेवण्याची गरज नसते. आता तू कशावरही विश्वास ठेवत नाहीस कारण तू पाहू शकतोस आणि तुला जे दिसतं ते सत्य असतं. सत्य अगदी इथे आहे; ते अद्वितीय आहे आणि ते परिपूर्ण आहे. तू अर्थ लावतोयस तसं कदाचित नसेल; तू स्वतःला नावं ठेवण्यासाठी, इतरांची निंदा करण्यासाठी जे शब्द वापरतोयस, तसं कदाचित नसेल. परंतु एकदा का तू सत्य पाहिलंस, तर इतर लोक काय स्वप्न पाहत आहेत, याची पर्वा तू का करशील? तुझ्या आजूबाजूचे लोक काय स्वप्न पाहतायत हे महत्त्वाचं नाही. महत्त्वाचा आहे तुझा स्वतःचा अनुभव - तुझ्याकडे असलेल्या सर्व साधनांचा उपयोग करून तुझ्या समजुतींना सामोरं जाणं, सत्य पाहणं, तुझं व्यक्तिगत युद्ध जिंकणं.

तुला कुणाशीही स्पर्धा करण्याची गरज नाही, तुलना करण्याची गरज नाही. तुला फक्त तुझ्या खऱ्या स्वरूपात असणं, तू प्रेम असण्याची गरज आहे. परंतु खरं प्रेम, असं प्रेम नव्हे जे तुझा ताबा घेतं व तुला प्रेमावर विश्वास ठेवायला भाग पाडतं. असं नव्हे जे तुझ्यात असुया निर्माण करतं, हक्क असल्याची भावना निर्माण करतं आणि जे तुला नरकयातनांमध्ये लोटतं. असं प्रेम नव्हे. जे प्रेमाच्या नावाखाली तुला त्याग करायला भाग पाडतं किंवा स्वतःला व इतरांना दुखापत करायला भाग पाडतं. प्रेमाच्या चिन्हाचा प्रचंड विपर्यास झालाय. खरं प्रेम घेऊन तू जन्माला आलायस. तुझं खरं स्वरूप प्रेम आहे.

तुला आवश्यक असलेलं सर्व काही तुझ्याकडे जन्मतः आहे. आज जर तू तुझ्या भीतीला सामोरा गेलास, तर उद्या दुसऱ्यांदा लक्ष देऊन निर्माण झालेलं स्वप्न म्हणजेच योद्ध्यांचं जग पाहशील. परंतु आज जरी तू भीतीवर मात केलीस, तरी याचा अर्थ असा नव्हे की तू युद्ध जिंकलंस. नाही, युद्ध संपलं नाही; युद्ध नुकतंच सुरू झालंय. तू अजूनही मतं बनवतोयस; तुला अजूनही त्या सगळ्या समस्या आहेत. तुला वाटतं, ते सगळं संपलं आणि क्षणार्धात डोक्यातील हुकूमशहा नव्हे, तो तुझ्या अवतीभोवतीच्या सर्वांच्याच डोक्यात आहे; आणि काहीजणांचा इतरांहून भयंकर आहे. परंतु तुझं युद्ध अनेक वर्षं सुरू असेल तर तू निदान स्वतःचा

बचाव करू शकतोस. एक योद्धा म्हणून तू कदाचित युद्ध जिंकशील किंवा हारशील, परंतु एकदा जाणीव झाल्यावर तू अत्याचारग्रस्त राहत नाहीस, तू युद्ध पुकारतोस आणि आता बहुतांशी व्यक्ती या पातळीवर आहेत, युद्ध संपत नाही तोपर्यंत.

दुसऱ्यांदा लक्ष देऊन निर्माण केलेल्या स्वप्नात तू पृथ्वीवरचा तुझा व्यक्तिगत स्वर्ग निर्माण करायला सुरुवात करतो. तू अशा करारांना अनुमती देतोस, जे जीवनाला पूरक असतात. जे तुझ्या आनंदात, मुक्ततेत भर घालतात. परंतु हा तुझ्या उत्क्रांतीमधील केवळ एक टप्पा आहे. अजून बरंच बाकी आहे. असा क्षण येत आहे जेव्हा तू जागरूकतेत नैपुण्य मिळवतोस आणि ओघाओघाने तू परिवर्तनात नैपुण्य मिळवतोस; तू प्रेम, प्रेरणा किंवा विश्वास यांत नैपुण्य मिळवतोस कारण तोपर्यंत तुझा स्वतः विश्वास असतो.

या परिवर्तनात परिणाम म्हणजे एका वेगळ्या वस्तुस्थितीची निर्मिती, ज्याची चौकट पहिल्या दोन स्वप्नांसारखीच असते, परंतु या वस्तुस्थितीमध्ये पूर्वी तू ज्यावर विश्वास ठेवायचास, त्यावर आता ठेवत नाहीस. तू आधी शिकलेल्या असत्यांवर विश्वास ठेवत नाहीस; तू आधी शिकलेल्या शब्दांवर विश्वास ठेवत नाहीस. तू जे अनुभवतोस याबद्दल तुला शंका नसते, तू कोण आहेस, याबद्दल तुला शंका नसते.

पुढचं स्वप्न, तिसऱ्यांदा लक्ष देऊन निर्माण केलेलं स्वप्न आता फार दूर नाही. परंतु प्रथम तू तुझ्या डोक्यातील युद्ध जिंकायला हवं आणि आता ते करण्यासाठी तुझ्याकडे साधनं आहेत. मग ते का करू नये? कृती कर परंतु फक्त प्रयत्न क़रत राहू नकोस. प्रयत्न करत राहिलास तर प्रयत्न करता करता मृत्यू पावशील आणि मी निश्चितपणे सांगू शकतो की हजारो योद्धे प्रयत्न करता करता मृत्यू पावलेत. मानवी मनात घडणारं युद्ध आत्तापर्यंत फारच थोड्या योद्धयांनी जिंकलंय, परंतु दुसऱ्यांदा लक्ष देऊन ज्यांनी युद्ध जिंकलंय, त्यांनी त्यांचं संपूर्ण जग पुन्हा निर्माण केलंय.

११

तिसऱ्यांदा लक्ष देऊन निर्माण केलेलं स्वप्न

निपुण गुरू

जेव्हा आपल्या आयुष्यात काहीतरी खूप महत्त्वाचं घडतं, ज्याला शेवटचा न्यायनिवाडा म्हणता येईल- तेव्हा दुसरं स्वप्न संपुष्टात येतं. स्वतःविषयी किंवा इतर कोणाविषयी मतं बनविण्याची ही शेवटची वेळ असते. या दिवशी आपण स्वतःला अगदी आहोत तसे स्वीकारतो आणि इतरांना ते आहेत तसे स्वीकारतो. शेवटच्या न्यायनिवाड्याच्या दिवशी आपल्या डोक्यातील युद्ध संपते आणि तिसऱ्यांदा लक्ष देऊन निर्माण केलेलं स्वप्न सुरू होते. तो आपल्या जगाचा शेवट असेल आणि आपल्या जगाची सुरुवातदेखील असेल, कारण आपण आता योद्ध्यांच्या स्वप्नात नसतो. आपण आता वरच्या जगात असतो, ज्याला मी निपुणांचं स्वप्न म्हणतो.

या निपुण व्यक्ती पूर्वी योद्धा होत्या. त्यांनी त्यांचं व्यक्तिगत युद्ध जिंकलंय आणि आता त्यांना शांती लाभलीय. निपुणांचं स्वप्न हे सत्य, आदर, प्रेम व आनंद यांनी भरलेलं स्वप्न आहे. ते आयुष्याच्या खेळाचं मैदान आहे; आपल्या जगण्याचं खरं उद्दिष्ट आहे आणि फक्त जागरूकता आपल्याला त्या ठिकाणी घेऊन जाऊ शकते.

बऱ्याच धर्मांमध्ये असं म्हटलं आहे की, शेवटचा न्याय-निवाडा म्हणजे पापी लोकांना शिक्षा होणं. त्या दिवशी देव आपला न्यायनिवाडा

करतो आणि सर्व पापी लोकांचा नाश करतो, असं धर्मात वर्णन आलंय. हे सत्य नाही. शेवटचा न्यायनिवाडा हा टॅरोचा एक पत्ता आहे. टॅरो ही इजिप्तमधील एक पौराणिक संकल्पना आहे. गूढवादानुसार शेवटचा न्यायनिवाडा हा असा दिवस आहे, जेव्हा मृत व्यक्ती थडग्यातून बाहेर येतात, म्हणजेच त्यांचं पुनरुत्थान होतं. हा असा दिवस आहे, जेव्हा आपल्याला जागरूकता परत मिळते आणि आपण खालच्या जगातील स्वप्नातून जागे होतो. हा असा दिवस आहे, जेव्हा आपल्याला पुन्हा चैतन्यमय होण्याची भीती वाटत नाही. त्या वेळी आपली खरी स्थिती, आपलं ईश्वरी स्वत्व आपल्याला परत मिळतं व आपण अस्तित्वातील प्रत्येक गोष्ट, प्रेमपूर्ण नातं अनुभवतो.

जगभरातील वेगवेगळ्या गूढवादानुसार पुनरुत्थान ही सुंदर कल्पना आहे. जेव्हा तुला जाणीव होते की, चिन्हांद्वारे शिकलेले काहीही सत्य नाही, तेव्हा जीवनाचा आनंद घेणं एवढी एकच गोष्ट उरते आणि हे पुनरुत्थान आहे. जेव्हा तू चिन्हांचा उपयोग करत सर्व गोष्टींना अर्थ देतोस, तेव्हा तुझं लक्ष एकाच वेळी अनेक गोष्टींकडे विखुरलं जातं. जेव्हा तू प्रत्येक गोष्टीतला अर्थ काढून घेतोस, तेव्हा तू स्वतः पूर्ण असतोस, अखंड असतोस. एकमेव अस्तित्वात असलेला जीव तू बनतोस. आकाशातील तारा व तू किंवा वाळवंटातील दगड व तू यांच्यामध्ये काहीही फरक, अस्तित्वातील सर्वकाही, एकमेव अस्तित्वात असलेल्या जीवाचा अंश असतं. तू या सत्याचा एका क्षणासाठी जरी अनुभव घेतलास, तरी तुझ्या समजुतींची पूर्ण रचनाच नाहीशी होते आणि तू स्वर्गाच्या सुंदर स्वप्नात असतोस.

आजचा दिवस इतर कोणत्याही दिवसासारखा असू शकतो. किंवा आजचा दिवस साजरा करण्याजोगा असू शकतो. तुझ्या पुनरुत्थानाचा दिवस, असा दिवस जेव्हा पुन्हा जिवंत होऊन तू तुझं जग बदलतोस. तो असा दिवस असू शकतो, जेव्हा तुझा स्वतःबद्दलचा जो समज आहे त्या विश्वासाच्या थडग्यातून खरा तू बाहेर येतोस, आणि खरा तू बनतोस.

तिसऱ्या स्वप्नात तुला तुझ्या खऱ्या स्वरूपाची शेवटी जाणीव

होते, परंतु शब्दांतून नव्हे आणि तुझं खरं स्वरूप स्पष्ट करण्यासाठी शब्द नसल्यामुळे तू शांतीमध्ये परत जातोस. अशी जागा जिथे तुझं स्वरूप जाणून घेण्यासाठी तुला शब्दांची गरज नसते. झेन परंपरेतील गुरू आपल्या मोजक्या शिष्यांना हेच दाखवून द्यायचे. तू सर्वोच्च बिंदू गाठतोस, जेव्हा तू चिन्हांच्या पलीकडे जाऊन जीवनाशी, ईश्वराशी एक होतोस.

प्राचीन धर्मामध्ये असं म्हटलंय की कोणीही ईश्वराचं नाव उच्चारू शकत नाही आणि हे अगदी खरं आहे. कारण ईश्वराचं वर्णन करण्यासाठी कोणतंही चिन्ह नाही. ईश्वराला जाणून घेण्याचा एकच मार्ग म्हणजे ईश्वर बनणं. ईश्वर बनल्यावर तू म्हणतोस, 'हं, म्हणूनच मी ते चिन्ह शिकू शकलो नाही.' सत्य आहे की ज्याने आपली निर्मिती केली त्याचं नाव आपल्याला माहीत नाही. ईश्वर हा शब्द केवळ एक चिन्ह आहे आणि हे चिन्ह खरोखर जे अस्तित्वात आहे, ते फक्त दर्शवितं. ईश्वर या शब्दाला माझा विरोध आहे. कारण या चिन्हाचा खूप विपर्यास झालाय. ईश्वराचं वर्णन करण्यासाठी जर आपण चिन्हं वापरली, तर चिन्हांच्या अर्थाबद्दल आपलं एकमत असायला हवं. आणि मग त्यासाठी आपण कोणता दृष्टिकोन वापरतोय? हजारो वेगवेगळे दृष्टिकोन आहेत. एक कलाकार म्हणून ईश्वराला शब्दात रंगविण्यासाठी मी खूप प्रयत्न करतो आहे. ही एकच गोष्ट मी देऊ शकतो. माझ्या व्यक्तिगत दृष्टिकोनात रेखाटलेलं ईश्वराचं चित्र- अर्थात मी जे म्हणतोय ती केवळ एक कथा आहे, जी फक्त माझ्यासाठी सत्य आहे. ती तुम्हाला समजेल- समजणार नाही, परंतु तुम्हाला निदान माझा दृष्टिकोन जाणून घेता येईल.

निपुण व्यक्तींचं स्वप्न समजावून सांगणं थोडं कठीण आहे. कारण खरं शिकविणं शब्दांतून नसतं. ते त्यांच्या अस्तित्वातून असतं. तुला जर निपुण व्यक्तीचं अस्तित्व जाणवू शकलं, तर तू शब्दांपेक्षा खूप जास्त शिकू शकशील. अनुभवाचा छोटा अंशदेखील शब्दातून व्यक्त होऊ शकत नाही, परंतु तू जर तुझी कल्पनाशक्ती वापरलीस, तर शब्द तुला अशा ठिकाणी घेऊन जाऊ शकतील, जिथे तू स्वतः तो अनुभव घेऊ शकशील आणि माझं आता हेच उद्दिष्ट आहे. तू तुझ्या जाणिवा इतक्या

विस्तृत करणं की तुझं खरं स्वरूप तुला उमगू शकेल, जाणवू शकेल.

शब्दांचा उपयोग करण्यापेक्षा उत्तम मार्ग आहे– तुला ईश्वराच्या समोर आणणं म्हणजे तुला ईश्वर दिसू शकेल. मी तुला जर समोर ईश्वर दाखविला तर तू स्वतःलाच पाहणार आहेस. विश्वास ठेव अगर ठेवू नकोस, परंतु तू स्वतःला पाहणार आहेस कारण तू ईश्वराचं व्यक्तरूप आहेस. तुझं शरीर कशामुळे हालचाल करतंय, हे जर तू पाहू शकलास; तर तुला खरा ईश्वर दिसू शकेल. स्वतःच्या हाताकडे बघ. तुझी बोटं हलव. जी शक्ती तुझ्या बोटांची हालचाल करते, तिला टॉलटेक 'प्रेरणा' म्हणतं किंवा मी 'चैतन्य', 'अमर्यादितता', किंवा 'ईश्वर' म्हणतो.

प्रेरणा ही अस्तित्वात असलेली एकमेव जिवंत शक्ती आहे, जी सर्व गोष्टींची हालचाल घडवून आणते. तू बोटं नाहीस. तू त्यांची हालचाल घडविणारी शक्ती आहेस. बोटं तुझी आज्ञा पाळतात. तू तुला हवं ते स्पष्टीकरण देऊ शकतोस : माझा मेंदू, माझे मज्जातंतू.... परंतु सत्य पाहशील तर जी शक्ती बोटांची हालचाल घडविते तीच शक्ती तुला स्वप्न पाहायला लावते. तीच शक्ती फूल उमलवते किंवा हवेची हालचाल घडविते किंवा वादळ निर्माण करते किंवा विश्वातील ताऱ्यांना गती देते. इलेक्ट्रॉनना अणूच्या केंद्राभोवती फिरायला प्रवृत्त करते. इथे एकच जिवंत अस्तित्व आहे आणि ते तू आहेस. तू ती शक्ती आहेस, जी अनेक विश्वांमधून स्वतःला अनंत मार्गांनी व्यक्त करते.

प्रकाशाची अनेक गुणवैशिष्ट्ये आहेत. तो जिवंत आहे. तो सजीव आहे आणि तो अत्यंत सुज्ञ आहे. तो काळातील सर्व काही निर्माण करतो; तो काळातील सर्व गोष्टींमध्ये बदल घडवितो आणि त्याचा नाश होऊ शकत नाही. प्रकाश सर्वत्र आहे आणि सर्व गोष्टी प्रकाशाने ओतप्रोत आहेत. परंतु जोपर्यंत भौतिक वस्तू प्रकाश परावर्तित करत नाहीत, तोपर्यंत आपण पाहू शकत नाही. आपण पृथ्वीवरून एखादी वस्तू अवकाशात पाठविली तर आपण ती पाहू शकतो, कारण ती प्रकाश परावर्तित करत असते. सर्व विश्वांमध्ये, आकाशगंगांमध्ये, ताऱ्यांमध्ये रिकाम्या जागा नाहीत. म्हणजेच सर्व विश्व एकमेकांशी जोडली गेली आहे.

तू एक संपूर्ण विश्व आहेस. पृथ्वी हे अजून एक विश्व आहे. सूर्य आणि त्याभोवती फिरणारे सर्व ग्रह अजून एक विश्व आहे. सर्व सूर्यमाला एकत्रितपणे अजून एक विश्व निर्माण करतात आणि आपण असं चालूच ठेवू शकतो आणि सरतेशेवटी आपल्याला दिसतं की लाखो वेगवेगळ्या जीवांचा बनलेला असा एक जीव आहे.

प्रत्येक जीवाचं संरक्षण करणारी शक्ती आहे, जिला आपण आत्मा म्हणतो. आत्मा ही अशी शक्ती आहे, जी संपूर्ण विश्व एकत्र बांधते आणि त्या जीवाचं सर्वकाही जाणते. आत्मा भौतिक वस्तूला अभेद्य बनवितो म्हणजेच जीवांमध्ये वेगळेपणा, विभागणी निर्माण करतो. आत्मा प्रत्येक गोष्टीला आकार देतो. ही शक्ती नसती तर तुझ्यामध्ये, एखाद्या फुलामध्ये किंवा एखाद्या पक्ष्यामध्ये किंवा एखाद्या माशामध्ये काहीही फरक राहिला नसता. तुझा गर्भ अस्तित्वात येतो, त्या क्षणी तुझ्या आत्म्याचा जन्म होतो आणि त्याला स्वतःच्या प्रत्येक अंशाची ओळख पटते. प्रत्येक रेणू, प्रत्येक पेशी, प्रत्येक अवयव, तुझा आत्मा तुझ्या विश्वातील प्रत्येक गोष्ट ओळखतो आणि तुझ्या विश्वात नसलेली प्रत्येक गोष्ट नाकारतो.

तिसऱ्यांदा लक्ष देऊन पाहिलेल्या स्वप्नात तुला जाणीव होते की तुझं शरीर एक संपूर्ण विश्व आहे, जे लाखो जीवांचं बनलेलं आहे. अणूंनी बनलंय, रेणूंनी बनलंय, पेशींनी बनलंय, अवयवांनी बनलंय, संस्थांनी बनलंय आणि सरतेशेवटी संपूर्ण विश्व एक आहे याची जाणीव होते. आणि मनाच्या पातळीवर एकच दृष्टिकोन असतो. तुझ्या डोळ्याच्या मागे असलेल्या व्यक्तीचा दृष्टिकोन परंतु जाणिवांमध्ये खोलवर गेलास तर तुझ्या लक्षात येईल की, तुझ्या शरीरातील प्रत्येक अणूला एक स्वतःचा दृष्टिकोन आहे. कारण प्रत्येक अणू जिवंत आहे. प्रत्येक अणू एक संपूर्ण विश्व आहे. अणू ही तारे व ग्रह असलेल्या सूर्यमालेची एक लहान प्रतिकृती आहे. प्रत्येक विश्वात साधर्म्य हे आहे की प्रत्येक विश्व जिवंत आहे, अमर्यादतेच्या शक्तीने ओतप्रोत,

तू चैतन्य आहेस, तू जिवंत आहेस; तू संपूर्ण शक्ती आहेस. तू

सत्य, तू वास्तव आहेस. इतर सर्व काही तू चिन्हांद्वारे शिकलेस. सर्व काही सत्य नाही. ते वास्तव नाही. तो आभास आहे. तो सुंदर आहे. प्रकाश केवळ सुज्ञ नाही तर त्याला स्मृतीदेखील आहे. तो स्वतःची प्रतिमा तयार करतो; तो आभास संपूर्ण जग निर्माण करतो, जे तुझं मन बनतं, तुझी स्वप्न पाहण्याची पद्धत बनते. तुझी स्वप्नं भौतिक वस्तू नाहीत; ते भौतिक वस्तूचं प्रतिबिंब आहे. आणि ते प्रतिबिंब ज्या भौतिक वस्तूमध्ये अस्तित्वात आहे, त्याला आपण मेंदू असं म्हणतो. मेंदू हा केवळ एक आरसा आहे. आधी आपण म्हटल्याप्रमाणे जेव्हा तू आरशात पाहतोस, तेव्हा तुला स्वतःचं मन, तुझं स्वतःचं स्वप्न दिसत असतं.

पहिल्यांदा जेव्हा तू डोळे उघडतोस, तू प्रकाश पाहायला सुरुवात करतोस आणि प्रकाश तुझा गुरू बनतो. प्रकाश तुझ्या डोळ्यांना जी माहिती पुरवितो, ती तुला समजत नाही. परंतु प्रकाश ग्रहण करण्यासाठी, प्रकाशाशी एकरूप होण्यासाठी तू बनला आहेस, कारण प्रकाश तुला पूर्णत्व देतो आणि तू प्रकाश असल्यामुळे सतत निर्मिती करत असतोस व सतत बदलत असतोस व सतत उत्क्रान्त होत असतोस. तुझ्यात, आभासी वस्तुस्थितीत सुधारणा करण्यासाठी, तुला तुझं उत्तम प्रतिबिंब बनविण्यासाठी प्रकाश थेट तुझ्या मेंदूमध्ये जाऊन मेंदूची पुनर्रचना करतो. जेव्हा प्रकाश तुझ्या मेंदूत सुधारणा घडवितो, तेव्हा तुझ्यातून अधिक उत्क्रांत मानव बाहेर येण्यासाठी मेंदू ईश्वराचा कारखाना म्हणजेच डीएनए यात सुधारणा करत असतो.

आणि ज्याप्रमाणे तुझ्या शरीरात अनेक वेगवेगळे अवयव आहेत. मेंदू, हृदय, फुफ्फुसं, यकृत, जठर, त्वचा सगळे मिळून तू, पूर्णत्व बनतोस त्याप्रमाणे तुझ्या शरीरात प्रत्येक अवयव वेगवेगळ्या प्रकारच्या पेशींनी बनला आहे, ज्या एकत्रितपणे तो अवयव बनवतात. त्या पेशींना माहीत आहे का, की त्या सर्व पेशी एकत्रितपणे एकच जीव आहे. जो म्हणजे तू? मानवांना माहीत आहे का, की सर्व मानव एकत्रित एकच जीव आहे जो म्हणजे मानवजात?

तुझ्या अवतीभोवती लाखो माणसं आहेत. तुझ्याचप्रमाणे तेदेखील

मानव बनण्यासाठी योजनाबद्ध आहेत. स्त्री किंवा पुरुष तू त्यांना ओळखतोस; ते तुझ्यासारखेच मानव आहेत, हे तुला माहीत असतं. तू जाणतोस. परंतु तू हे जाणत नाहीस – आपली मानवजात पृथ्वी या सुंदर ग्रहाचा एक अवयव आहे. पृथ्वी हा ग्रह जिवंत आहे. तो सजीव आहे आणि संपूर्ण मानवजात त्या जीवाच्या एका अवयवाचं काम करते. जंगलं हा एक अवयव आहे, वातावरण हा अजून एक अवयव आहे. प्रत्येक वेगवेगळा वर्ग हा एक एक अवयव आहे आणि आपण सर्व वर्ग एकत्रितपणे साधलेला समतोल म्हणजे पृथ्वी या ग्रहाची चयापचय किंवा पचनप्रक्रिया आहे.

संपूर्ण मानवजात हा एकच जीव आहे आणि ही आता केवळ थिअरी राहिली नाही. आपण एकत्र राहतो. आपलं शरीर एकाच प्रकारचं आहे; मन एकाच प्रकारचं आहे; आपल्या गरजा सारख्याच आहेत. एकमेकांना समजून घेण्यासाठी आपण चिन्ह निर्माण करतो. स्त्री किंवा पुरुष, अत्याचारग्रस्त, योद्धा किंवा निपुण व्यक्ती आपण एकसारखेच आहोत. कोणताही मानव दुसऱ्या मानवापेक्षा श्रेष्ठ नाही किंवा कनिष्ठ नाही. विश्वामध्ये अस्तित्वात असलेल्या कशाहीपेक्षा मानव श्रेष्ठ नाही किंवा कनिष्ठ नाही. अस्तित्वाच्या सर्वांत खोल पातळीवर मानव आणि कुत्रा किंवा मानव आणि किडा, कमळ व कावळा यांत काहीही फरक नाही. आपण एकच आहोत, आपलं उगम स्थान एकच आहे आणि आपली कथा कोठून येते, ते महत्त्वाचं नाही. आपण ख्रिश्चन आहोत की बौद्धधर्मी, हिंदू, मुसलमान ते महत्त्वाचं नाही. आपण एकाच ठिकाणाहून आलो आहोत आणि एकाच ठिकाणी परत जाणार आहोत.

अमर्यादितता, अस्तित्वातील सर्वकाही निर्माण करते आणि पूर्ण झाल्यावर सर्वकाही अमर्यादतेत परत जातं. अर्थात शरीर मृत्यू पावतं कारण शरीर मर्त्य आहे परंतु तू चैतन्य, अमर्त्य आहे. त्या चैतन्यामध्ये जिथे मन असतं, तिथे फक्त असत्य गोष्टी मृत्यू पावतात. प्राचीन इजिप्तमध्ये असं म्हटलं जात होतं : मृत्युसमयी जर तुमचं हृदय पिसापेक्षा हलकं असेल तर स्वर्गात प्रवेश नाही. असत्य सर्वव्यापी शक्तीमध्ये

परत जाऊ शकत नाही. परंतु सत्य परत जाऊ शकतं, कारण सत्य हे सर्वव्यापी शक्तीचं प्रतिबिंब आहे; ते अमर्यादतेचं प्रतिबिंब आहे. प्रश्न हा आहे : तुझी असत्ये किती जड आहेत? तुझ्या हृदयावर राग, भीती, अपराधीपणा, पश्चात्ताप यांचं ओझं आहे का?

तिसऱ्यांदा लक्ष देऊन पाहिलेल्या स्वप्नात सत्याने आधीच असत्यांना नष्ट केलेलं असतं आणि फक्त सत्य टिकून राहतं, जे म्हणजे तुझं खरं स्वरूप. तू ते चैतन्य आहेस. तू जीवन आहेस, जे सत्य आहे आणि त्यामुळे तुझं स्वप्न स्वर्ग बनतं. तुझं स्वप्न सुंदर कलाकृती बनतं, प्रेमाचं सुंदर व्यक्तरूप बनतं. यामुळे तू टॉलटेकचं तिसरं नैपुण्य अवगत करतोस, प्रेमाचं नैपुण्य किंवा आपण त्याला प्रेरणा किंवा विश्वास यांचं नैपुण्य म्हणू शकतो. मी त्याला विश्वासाचं नैपुण्य म्हणणं पसंत करतो, कारण ते स्वतःवर विश्वास ठेवण्याचं नैपुण्य आहे म्हणजेच तुझ्यामध्ये असलेली शक्ती जाणणंः प्रेरणेची शक्ती, जगण्याची शक्ती, विश्वासाची शक्ती, श्रद्धेची शक्ती, प्रेमाची शक्ती आहे, अर्थात त्या सर्व शक्ती एकच आहेत. ती सर्वव्यापी शक्ती आहे.

जेव्हा तू विश्वासाचं नैपुण्य मिळवतोस, तेव्हा तुझं जीवन प्रेमामध्ये जगतोस; कारण तू म्हणजे प्रेम आहेस आणि ते जगणं विलक्षण आहे. त्या क्षणी तुझं शरीर तुझ्या भावना, तुझं जीवन, तुझी कथा तू पूर्णपणे स्वीकारतोस. तू स्वतः आदर करतोस; तू सर्व कलाकारांचा, तुझ्या सर्व भावंडांचा आदर करतोस; संपूर्ण निर्मितीचा आदर करतोस. तू स्वतःवर निरपेक्ष प्रेम करतोस आणि तू दुसऱ्यांना माझं तुझ्यावर प्रेम आहे असं म्हणत स्वतःच प्रेम व्यक्त करायला घाबरत नाहीस. जेव्हा तू विश्वासाचं नैपुण्य मिळवतोस, जेव्हा तू प्रेमामध्ये जीवन जगतोस, तेव्हा तुझ्या कथेतील प्रत्येक दुय्यम व्यक्तिरेखेत तुझं स्वतःचं प्रेम प्रतिबिंबित झालेलं तुला दिसतं आणि तुझ्या कथेतील प्रत्येक दुय्यम व्यक्तिरेखेवर तू स्वतःसारखं निरपेक्ष प्रेम करतोस.

यामुळे तुझं इतर मानवांशी असलेलं नातं बदलतं. तुझ्यामध्ये व्यक्तिनुरूप भेदभाव राहत नाही. एखाद्यावर प्रेम करण्यासाठी किंवा प्रेम

न करण्यासाठी तुला कारणांची गरज भासत नाही; प्रेम करणं हा पर्याय तू निवडत नाहीस कारण प्रेम करणं हे तुझं स्वरूप असतं. ज्याप्रमाणे सूर्यामधुन प्रकाश बाहेर पडतो, त्याचप्रमाणे तुझ्यामधून प्रेम बाहेर येतं. तुझ्यामध्ये तुझं स्वरूप बाहेर येतं, अगदी जसं आहे तसं, निरपेक्षपणे आणि तुझ्या प्रेमाचा तुझ्या डोक्यातील शब्दांशी काहीही संबंध नसतो. तिथे कोणत्याही कथा नसतात. याला आपण एकत्वाचा अनुभव म्हणतो म्हणजेच जी प्रेमाची फ्रिक्वेन्सी व कंपनं आहेत, ती तुझी असणं. बोलणं शिकण्यापूर्वी तुझी तीच स्थिती होती. पहिल्यांदा लक्ष देऊन पाहिलेलं स्वप्न जे खोल खोल नरक आहे, यातून उत्क्रांत होत तू दुसऱ्यांदा लक्ष देऊन एक चांगलं स्वप्न पाहत होतास आणि मग तू तिसऱ्यांदा लक्ष देऊन स्वप्न पाहिलंस जेव्हा तुला उमगलं की तू पाहत असलेल्या सर्व गोष्टी, तू स्वप्न पाहत असलेल्या सर्व गोष्टी तू प्रकाशाने निर्माण केलेली आभासी वस्तुस्थिती आहे.

हजारो वर्षांपासून लोकांना माहीत आहे की, प्रत्येक मानवामध्ये तीन जग अस्तित्वात आहेत. जवळजवळ प्रत्येक धर्मशास्त्रात आणि पुराणकथांमध्ये आपल्याला दिसून येतं- लोकांनी सर्व गोष्टींची विभागणी तीन जगांमध्ये केली आहे. परंतु त्यांना वेगवेगळी नावं आहेत आणि त्यांचं वर्णन करायला लोकांनी वेगवेगळी चिन्हं वापरलीत. आपण पाहिलं, कलाकार म्हणजेच टॉलटेकच्या परंपरेनुसार या तीन जगांना असं ओळखलं जातं : पहिल्यांदा लक्ष देऊन पाहिलेलं स्वप्न, दुसऱ्या लक्ष देऊन पाहिलेलं स्वप्न, तिसऱ्यांदा लक्ष देऊन पाहिलेलं स्वप्न. ग्रीस आणि इजिप्तमध्ये त्यांना खालचं जग, जग व वरचं जग असं म्हटलं जायचं. ख्रिश्चन परंपरेनुसार त्याला नरक, शुद्धीकरणाचं स्थान व स्वर्ग असं म्हटलं जातं.

आपली आत्ताची जगाची संकल्पना हजारो वर्षांपूर्वीच्या संकल्पनेपेक्षा अनेक प्रकारे वेगळी आहे. त्यांच्यासाठी जग म्हणजे हा ग्रह नव्हता; त्यांच्यासाठी जग म्हणजे ते पाहू शकत असलेलं सर्व काही, त्यांना माहीत असलेलं सर्व काही होतं. म्हणूनच असं म्हटलं जायचं

की प्रत्येक डोकं हे एक जग आहे. कारण आपल्यातील प्रत्येक जण स्वतःच्या डोक्यामध्ये एक संपूर्ण जग निर्माण करते आणि त्या जगात राहतो. बहुतेक जण पहिल्या स्वप्नात, खालच्या जगात राहत असतात. दुसरा मोठा वर्ग दुसऱ्या स्वप्नात योद्ध्यांच्या जगात राहत असतो आणि या स्वप्नामुळेच मानवजात योग्य दिशेला जात आहे व योग्य तऱ्हेने उत्क्रांत होत आहे.

साधारणपणे आपला असा विश्वास असतो की, चांगुलपणा म्हणजे वरचं जग आणि भीती व पाप म्हणजे खालचं जग, परंतु हे तंतोतंत बरोबर नाही. प्रत्येक माणसामध्ये ही तीनही जग अस्तित्वात असतात. आपल्या आत आपण ज्याप्रमाणे खालचं जग बाळगतो, त्याप्रमाणे वरचं जगही बाळगतो. खालचं जग अमर्याद असतं व वरच जगदेखील अमर्याद असतं आणि ही दोन्ही या जगात एकत्र येतात, जिथे आपण राहतो. खालच्या जगाचा मार्ग हा एक पर्याय आहे, जसा वरच्या जगाचा मार्ग हा एक पर्याय आहे.

निपुण व्यक्तीच्या स्वप्नात आपल्याला जाणीव असते की, पर्याय निवडणं म्हणजे शक्ती आपल्या हातात असणं. पर्याय निवडून आपण आपल्या संपूर्ण स्वप्नावर नियंत्रण ठेवत असतो. प्रत्येक पर्यायाला परिणाम असतो आणि निपुण स्वप्न पाहणाऱ्याला परिणामांची जाणीव असते. पर्याय निवडल्यामुळे अनेक दारं खुली होऊ शकतात तर अनेक दारं बंद होऊ शकतात. पर्याय न निवडणं हादेखील एक पर्याय असू शकतो. पर्याय निवडून स्वप्न पाहण्याच्या कलेत आपण निपुण होऊ शकतो आणि सर्वांत सुंदर जीवन निर्माण करू शकतो.

कोणीही स्वप्न पाहणारा महान कलाकार बनू शकतो पण नैपुण्य येतं जेव्हा आपलं आपल्या स्वप्नांवर नियंत्रण असतं. म्हणजेच जेव्हा आपलं लक्ष पुन्हा आपल्या ताब्यात येतं. जेव्हा आपण लक्षावर नैपुण्य मिळवितो, तेव्हा खरंतर प्रेरणेवर नैपुण्य मिळवितो, म्हणजेच आपण निवडलेल्या पर्यायांवर आपलं पूर्ण नियंत्रण असतं. आपल्या आयुष्याचं स्वप्न आपल्याला जिथे न्यायचं आहे तिथे जाणार आहे.

मानवाच्या सामान्य स्वप्नात लक्षावर मानसिकतेचं नियंत्रण असतं. आणि आपली वैयक्तिक शक्ती, आपलं मनोबल कमजोर असल्यामुळे कोणीही आपलं लक्ष वेधून घेऊ शकतं आणि आपल्या मनात एखादी समजूत घुसवू शकतं. मनोबल किंवा प्रेरणा ही अशी शक्ती आहे जी वस्तुस्थितीला हलवू शकते किंवा वस्तुस्थितीची दिशा बदलू शकते. मनोबलाचं लक्षावर नियंत्रण असतं आणि ते लक्षाला वळवतं. मनोबलाचा उपयोग करण्याइतकी शक्ती आपल्यात असते, तेव्हा आपण लक्षावर नियंत्रण मिळवितो. मग सरतेशेवटी आपण आपल्या समजुतींवर नियंत्रण मिळवू शकतो आणि आपल्या स्वप्नावर ताबा मिळविण्याच्या युद्धात यशस्वी होऊ शकतो.

तिसऱ्या स्वप्नात आपण जीवनावर लक्ष केंद्रित करत नाही. आपण जीवन असतो, आपण शक्ती असतो, आपण प्रेरणा असतो आणि प्रेरणेचं लक्षावर नियंत्रण असतं. तिसऱ्यांदा लक्ष देऊन पाहिलेलं स्वप्न हे शुद्ध प्रेरणेचं स्वप्न आहे. आपल्याला जाणीव होते की आपण चैतन्य आहोत, केवळ कल्पना म्हणून नव्हे तर कृती म्हणून, पूर्ण जागरूकता म्हणून. आता आपण सत्याच्या नजरेतून पाहू शकतो आणि हा संपूर्णपणे वेगळा दृष्टिकोन असतो.

जेव्हा पहिल्यांदा तू स्वप्न पाहायला शिकतोस, तेव्हा तुझी मानसिकता सत्यामध्ये हजारो छोटे छोटे अडथळे निर्माण करते. जेव्हा तुझ्या मानसिकतेची रचना शिल्लक राहत नाही, सर्व अडथळे तू दूर करतोस, तेव्हा तू फक्त एकाच दृष्टिकोनात पाहत नाहीस. तू एकाच वेळी अनेक दृष्टिकोनांतून पाहू शकतो. तू स्वतःला केवळ मानव या दृष्टिकोनातूनच नव्हे तर एक शक्ती म्हणून पाहू शकतोस. तू स्वतःला केवळ शक्तीच नव्हे तर त्या शक्तीचं व्यक्त रूप म्हणून पाहू शकतोस. तू जाणतोस की तू प्रकाश आहेस, तू प्रकाशाची केवळ एक प्रतिमा आहेस आणि प्रकाशाच्या दृष्टिकोनातून स्वप्न पाहण्यासाठी तू तुझं लक्ष वापर. तुझ्याबाहेरील सर्व काही तुझ्यापासून वेगळं आहे असं आता दिसत नाही. प्रत्येक गोष्टीत तुला तुझं पूर्णत्व जाणवतं. तू अस्तित्वात असलेला

एकमेव जीव आहेस असं तुला जाणवतं आणि तुला फक्त जाणवतं असं नाही तर तू ते जाणतोस. आधी म्हटल्याप्रमाणे तुला तुझं स्वरूप उमगतं परंतु शब्दांतून नव्हे. तुला चिन्हांची गरज नसते. तुझं स्वरूप जाणण्यासाठी तू चिन्हांचा वापर केलास तर त्या प्रयत्नांत तू चिन्हांमध्ये हरवून जाऊ शकतोस.

तू स्वतःला मानव म्हणतोस आणि कदाचित त्या चिन्हापासून तू ओळख मिळवतोस परंतु चीनमध्ये तू मानव नसतोस; स्पेनमध्ये मानव नसतोस; जर्मनीमध्ये मानव नसतोस. मानव हे केवळ एक चिन्ह आहे आणि त्या चिन्हाला काय अर्थ आहे? मानव या विषयावर तू अख्खं पुस्तक लिहू शकतोस व त्याचं वर्णन करण्यासाठी तू हजारो चिन्हं वापरू शकतोस आणि तरीही त्यात कमतरता असू शकते आणि हे फक्त एक चिन्ह झालं! तुझं स्वरूप जाणण्यासाठी चिन्हांचा उपयोग करणं हा केवळ मूर्खपणा आहे. तुझी जी स्वतःबद्दलची समजूत आहे, ती कधीही सत्य नसते. कारण चिन्हं सत्य नसतात.

एखाद्या मांजरीला तू जर म्हणालास, 'अरे, कुत्र्या!' तर तिला काही फरक पडणार नाही; ती उलट उत्तर देणार नाही. माणसाला जर हेच म्हणालास तर तो नक्कीच प्रतिक्रिया देईल, मी कुत्रा नाही. काहींना राग येईल तर काही हसण्यावारी नेतील; काहींना त्याचा त्रास होईल तर काहींना मजा वाटेल, कारण प्रत्येकाचा दृष्टिकोन वेगवेगळा आहे. स्वतः चिन्हाचा अर्थ जाणून घेण्याची गरज प्राण्यांना भासते का? अजिबात नाही आणि त्यांना फरक पडत नाही. ते फक्त असतात आपल्या अस्तित्वाचं स्पष्टीकरण करण्यासाठी, त्यांना चिन्हांची गरज भासत नाही.

मला जर कोणी विचारलं की मी कोण आहे, तर मी म्हणू शकतो, मी मनुष्यप्राणी आहे. मी पुरुष आहे. मी ऊर्जेचा बनलो आहे. मी भौतिक वस्तूचा बनलो आहे. मी वडील आणि मी डॉक्टर आहे. माझी ओळख मिळविण्यासाठी, माझ्या अस्तित्वाचं समर्थन करण्यासाठी, स्वतःला जाणून घेण्यासाठी मी चिन्हांचा वापर करू शकतो. परंतु खरंतर चिन्हांना काहीही अर्थ नसतो. सत्य हे आहे की स्वतःचं स्वरूप जाणत नाही. मी

फक्त एवढंच जाणतो की मी आहे. मी जिवंत आहे आणि तू मला स्पर्श करू शकतोस. मी स्वप्न पाहतोय आणि मी स्वप्न पाहतोय याची मला जाणीव आहे. या व्यतिरिक्त इतर काही महत्त्वाचं नाही कारण इतर सर्व काही केवळ एक कथा आहे. मी कोण आहे किंवा मी कोठून आलोय, ही चिन्हं मला कधीही सांगू शकणार नाहीत आणि ते महत्त्वाचं नाही, कारण तसंही मी तिथेच परत जाणार आहे. म्हणूनच माझा आवडता हिरो म्हणजे पोपेये ही कार्टून व्यक्तिरेखा आहे. जो म्हणतो, मी आहे, तो मी आहे आणि एवढंच की मी आहे ही सुज्ञता आहे. हे संपूर्ण स्वीकारणं आहे. म्हणजेच माझ्या स्वरूपाबद्दल संपूर्ण आदर असणं आहे, कारण मी सत्य आहे. कदाचित मी जे म्हणतोय, ते सत्य नाही परंतु मी सत्य आहे आणि तुझ्याबाबतीतदेखील हेच आहे.

तू जिवंत आहेस; तू अस्तित्वात आहेस, हे खरं आहे परंतु तू कोण आहेस? सत्य हे आहे की तू जाणत नाहीस. तुझी स्वतःबद्दलची जी कल्पना आहे ती फक्त जाणतोस, तू स्वतःबद्दल जे शिकलास ते तू जाणतोस, तू जे असल्याचं ढोंग करतोस ते तू जाणतोस, दुसऱ्यांसमोर तुझी कशी प्रतिमा असायला हवी असं तुला वाटतं, ते तू जाणतोस आणि तुझ्यासाठी ते सत्य असेलही परंतु तू जे स्वतःला म्हणवतोस तसं तू खरोखरच आहेस का? मला तसं वाटत नाही. तुझ्याबद्दल तू जे बोलतोस ती फक्त चिन्हं आहेत आणि तुझ्या समजुतींमुळे त्यांचा पूर्ण विपर्यास होत आहे.

जमा केलेल्या सर्व ज्ञानाशिवाय शेवटी जेव्हा तू स्वतःला पाहतोस, तेव्हा दिसतं : मी आहे. मी आहे तो मी आहे, तू आहे तो तू आहे; आणि तुझ्या स्वरूपात पूर्ण स्वीकार हाच बदल घडविणारा आहे. जेव्हा तू स्वतःचा पूर्ण स्वीकार हाच बदल घडविणारा आहेस. जेव्हा तू स्वतःचा पूर्ण स्वीकार करतोस, तेव्हा जीवनाचा आनंद घेऊ लागतोस. मतं बनविणं, अपराधीपणाची भावना, शरम, पश्चात्ताप आता उरत नाही.

चिन्हं बाजूला सारल्यावर केवळ सत्य उरतं, शुद्ध व साधंसरळ. तू कोण आहेस हे जाणण्याची तुला गरज नाही अस तुला साक्षात्कार होतो.

तू जो नाहीस तो असण्याचं ढोंग करण्याची तुला गरज भासत नाही. तू अगदी खराखुरा, अस्सल असतोस. आणि त्यामुळे तू संदेश देऊ शकतोस आणि तो संदेश म्हणजे खरा तू असतोस. तुझं शुद्ध स्वरूप हा संदेश आहे. तुझं पहिलं मूल जन्माला येतं आणि तू ते हातात घेतोस, तेव्हा तुला हेच शुद्ध स्वरूप जाणवतं. तुला तुझ्या हातात ईश्वरी अस्तित्व जाणवतं, शब्दांशिवाय, कसलंही आकलन न होता.

प्रत्येक नवजात बालकाकडे तेच अस्तित्व असतं. ते ईश्वरत्व, अमर्यादितता, देवदूताचं रूप असतं आणि बाळाच्या शुद्ध रूपाला असा प्रतिसाद देण्याची आपल्यामध्ये सहजप्रेरणा असते. त्या बाळाला एकही शब्द उच्चारण्याची गरज नसते; त्याचं अस्तित्वच सर्वकाही सांगतं. त्याचं फक्त अस्तित्व तुझ्यामध्ये देण्याची, संरक्षण करण्याची भावना जागृत करतं. आणि जर ते मूल तुझं असेल तर ती प्रेरणा प्रबळ असते आणि मग त्याचं अस्तित्व अगदी विलक्षण असतं. ते शुद्ध स्वरूप तुझ्यात औदार्य जागृत करतं आणि कसलीही अपेक्षा न करता तू तुझ्या मुलाला देत राहतोस- अगदी तुझं मूल मोठं होईपर्यंत आणि ते शुद्ध स्वरूप हरवलंय असं तुला वाटेपर्यंत.

जेव्हा तुझा जन्म झाला, तुझं शुद्ध स्वरूप तुझ्या आजूबाजूच्या लोकांमध्ये तुझ्याकडे लक्ष देण्याची, तुझं संरक्षण करण्यात, तुझ्या गरजा पूर्ण करण्याची सहजप्रेरणा जागृत करण्यासाठी पुरेसं होतं. तुझ्याकडे अजूनही ते अस्तित्व आहे. परंतु फार काळ ते दाबलं गेलंय. ते बाहेर येण्याची वाट पाहतंय. तुझं शुद्ध स्वरूप जाणवण्यासाठी तू पूर्ण जागरूक असण्याची आवश्यकता आहे. तुला तुझी निर्मिती वेगळ्या दृष्टिकोनातून पाहण्याची गरज आहे. अशा जागेतून जिथे सर्व गोष्टी साध्या, सरळ आहेत. तू जेव्हा जागरूक नसतोस, तेव्हा सर्व गोष्टी अगदी तर्कविसंगत वाटतात, भीती ताबा घेते आणि मोठा मिटोटे म्हणजेच स्वतःबद्दल साशंकता, कमतरतेची भावना निर्माण करते.

तुझं खरं स्वरूप परत मिळविण्यासाठी पाचवा करार महत्त्वाचा आहे कारण तुझ्यावर पडलेल्या भुरळीतून बाहेर पडण्यासाठी तो करार

साशंकतेचं सामर्थ्य वापरतो. फार पूर्वी हरवलेलं तुझं शुद्ध स्वरूप परत मिळविण्यासाठी तू तुझी जादू वापरू शकतोस. जेव्हा तुझं कहाणीकडे लक्ष असतं, तेव्हा तू सत्य पाहू शकतोस; तुला सत्य जाणवू शकतं. जेव्हा तुम्ही चिन्हांनी भारावलेले नसता, तेव्हा जन्मतः असलेलं शुद्ध स्वरूप तुला परत मिळतं आणि तुझ्या आजुबाजूचे लोक तुझ्या शुद्ध स्वरूपाला भावनिक प्रतिसाद देतात. मग तू इतरांना तुझ्याकडे असलेली एकमेव गोष्ट म्हणजेच तू स्वतः, तुझं शुद्ध स्वरूप देतोस आणि यामुळे फार मोठा फरक पडतो. परंतु हे घडतं, जेव्हा तू पूर्णपणे अस्सल, खराखुरा बनतोस.

अगदी लहान असताना, कोणत्याही चिन्हांचा अर्थ कळण्यापूर्वी, ज्ञानाने तुझ्या मनाचा ताबा घेण्यापूर्वी तू जसा होतास, तसा असण्याची कल्पना कर. जेव्हा तुझं शुद्ध स्वरूप तुला परत मिळतं, तेव्हा तू फुलासारखा असतोस, वाऱ्यासारखा असतोस, समुद्रासारखा असतोस, सूर्यासारखा असतोस, प्रकाशासारखा असतोस. तू अगदी तुझ्यासारखा असतोस. समर्थन करण्याजोगं काही नसतं; विश्वास ठेवण्याजोगं काहीही नसतं. तू इथे केवळ असण्यासाठी असतोस, कोणत्याही कारणासाठी नव्हे. जीवनाचा आनंद घेणं, आनंदी असणं हे सोडून तुझं इतर काहीही उद्दिष्ट नसतं. खरा तू असणं ही तुझी एकमेव गरज असते. अस्सल असणं. शुद्ध स्वरूप असणं. आनंद असणं. प्रेम असणं, प्रफुल्ल असणं, स्वतः असणं; हे सर्वांत महत्त्वाचं, ही सुज्ञता.

अजून सुज्ञ नसलेले परिपूर्णतेचा शोध घेत आहेत; ईश्वराचा शोध घेत आहेत. स्वर्गाचा शोध घेत आहेत आणि तो मिळविण्याचा प्रयत्न करत आहेत. खरंतर तिथे शोधण्यासारखं काही नाही. ते आधीच इथे आहे. सर्वकाही तुझ्या आत आहे. तुला स्वर्गाचा शोध घेण्याची गरज नाही; तू अगदी आत्ता स्वर्ग आहेस. तुला आनंदाचा शोध घेण्याची गरज नाही; तू जिथे असशील तिथे तू आनंद. तुला सत्याचा शोध घेण्याची गरज नाही; तू सत्य आहेस. तुला परिपूर्णतेचा शोध घेण्याची गरज नाही. तो आभास आहे. तुला स्वतःचा शोध घेण्याची गरज नाही;

तू स्वतःला कधीही सोडलं नाहीस. तुला ईश्वराचा शोध घेण्याची गरज नाही; ईश्वराने तुला कधीही सोडलं नाही. ईश्वर नेहमीच तुझ्याबरोबर असतो; तू नेहमीच स्वतःबरोबर असतोस. तुला जर सगळीकडे ईश्वर दिसत नसेल, तर त्याचं कारण म्हणजे तुझं लक्ष तुझी खरीखुरी श्रद्धा असलेल्या देवांवर केंद्रित झालंय.

अमर्यादतेचं अस्तित्व सर्वत्र असतं, परंतु तू अंधारात असशील तर तुला ते दिसत नाही. तुला ते दिसत नाही कारण तुला फक्त स्वतःचं ज्ञान दिसतं. या स्वप्नामधून तू तुझ्या कथेला पुढे नेत राहतोस आणि जेव्हा तुझं ज्ञान तुझ्या आयुष्यातील घटनांचं स्पष्टीकरण देऊ शकत नाही, तेव्हा तुला धोका जाणवतो. परंतु असा क्षण येईल जेव्हा तुला उमगेल की ज्ञान हे इतर काही नसून स्वप्नाचं वर्णन आहे.

तू अनाकलनीय आहेस. या क्षणात, या स्वप्नात फक्त असण्यासाठी तू इथे आहेस. अस्तित्वात असण्याचा ज्ञानाशी काहीही संबंध नाही. त्याचा आकलनाशी काही संबंध नाही. तुला आकलन करण्याची आवश्यकता नाही. शिकण्याची आवश्यकता नाही. शिकलेलं सोडून देण्यासाठी तू इथे आहेस आणि एक दिवस तुला उमगतं - तुला काहीही माहीत नाही. तुझ्या समजुती, तू जे शिकलास ते फक्त तुझं ज्ञान आहे आणि ज्ञान मिळविल्यावर तुझ्या लक्षात येतं की, ते सत्य नव्हतं. महान तत्त्ववेत्ता सॉक्रेटिस पूर्ण आयुष्य घातल्यावर अशा टप्प्यावर आला जेव्हा तो म्हणाला, माझ्याबाबतीत मला एवढंच माहीत आहे की मला काहीही माहीत नाही.

१२

साक्षीभावाने पाहणारा द्रष्टा

पूर्ण नवीन दृष्टी

दोन हजार वर्षांपूर्वी एक महान गुरू म्हणाला, 'आणि तुला सत्य उमगेल व सत्य तुला मुक्त करेल.' आता तू जाणतोस की तुझं खरं स्वरूप हे सत्य आहे. पुढचा टप्पा म्हणजे हे सत्य पाहणं, तुझं खरं स्वरूप पाहणं. फक्त तेव्हाच तू मुक्त असतोस. कशातून मुक्त? तुझ्या ज्ञानातील सर्व विपर्यासातून मुक्त, असत्यावर विश्वास ठेवल्यामुळे निर्माण होणाऱ्या सर्व भावनिक नाट्यातून मुक्त. सत्य जेव्हा तुला मुक्त करतं, तेव्हा तू शिकलेली चिन्हं तुझ्या जगावर अधिराज्य गाजवत नाहीत. मग चूक किंवा बरोबर असणं, चांगलं किंवा वाईट असणं असं काही नसतं. विजेता असणं किंवा पराजित असणं असं काही नसतं. तरुण किंवा म्हातारं असणं, सुंदर किंवा कुरूप असणं असं काही नसतं. ते सर्व संपलं आहे. ती केवळ चिन्हं होती.

तुला उमगेल की, तू पूर्णपणे मुक्त आहेस; जेव्हा तुझ्या समजुतीमधील तुझ्यासारखं असण्याची तुला गरज उरत नाही. हे स्वातंत्र्य अगाध असतं. तुझ्या खऱ्या स्वरूपात असण्याचा हे स्वातंत्र्य आहे आणि तू स्वतःला देऊ शकणारी ही सर्वांत श्रेष्ठ भेटवस्तू आहे.

भीती, मतं बनविणं, दोष देणं, अपराधीपणा, लाज याशिवाय जीवन जगण्याची कल्पना कर. दुसऱ्या व्यक्तींचा दृष्टिकोन आणि अगदी तुझा

स्वतःचा दृष्टिकोनदेखील न अनुसरता आयुष्य जगण्याची कल्पना कर. कल्पना कर, तुझी आयुष्य किती वेगळं असेल जर तू कृतज्ञतेने, प्रेमाने, निष्ठेने व नीतीने जगलास. सर्वप्रथम स्वतःशी. तुझी जर तुझ्या शरीरावर निष्ठा असेल, तुला जर शरीराबद्दल पूर्ण कृतज्ञता असेल, तू शरीराला न्याय देत असशील तर तुझं तुझ्या शरीराशी कसं तादात्म्य असेल, याची कल्पना कर. तू आहे तसा आहेस आणि कुणालाही काहीही पटवून देण्याचा प्रयत्न तू करत नाहीस अशी कल्पना कर. कल्पना कर की तू आहे तसा फक्त असल्याने आनंदी आहेस आणि तू जिथे जातोस तिथे स्वर्ग तुझ्याबरोबर जातो कारण तू स्वर्ग आहेस. अशा मुक्ततेत जगण्याची कल्पना कर. हो, सत्य तुला मुक्त करेल परंतु प्रथम तू सत्य पाहण्याची गरज आहे.

तुझी कथा सत्य आहे की नाही, हे तू पाहावं असं मला वाटतं. काहीही मतं न बनविता जे आहे ते साक्षीभावाने. फक्त पाहा, कारण तू जे निर्माण करतोयस ते परिपूर्ण आहे. तुझ्या भोवतालचं वातावरण, तुझ्या स्वप्नाची चौकट पाहा. तुझ्या समजुती, तुझ्या जीवनाच्या कथेमध्ये कशा प्रतिबिंबित झाल्यात ते पाहा. तुझं लक्ष तुझ्या संपूर्ण स्वप्नाला कुठे नेतंय ते पाहा. तू त्याचा विचार करावास असं मी म्हणत नाही. तू पाहावं असं मी म्हणतोय आणि पाहणं म्हणजे विचार करणं नव्हे. हे खरं आहे का?

ठीक आहे, हे सत्य नसेल तर त्यावर विश्वास ठेवायला नको हे आता तुला समजलं असेल. विश्वास ठेवण्याऐवजी पाहायला शिक. तू ज्यावर विश्वास ठेवतोस त्याचा तुझ्या ज्ञानानुसार लगेचच विपर्यास करतोस. परंतु आयुष्याच्या एका टप्प्यावर जेव्हा तू ज्ञान सोडून देऊन चिन्हांच्या पलीकडे जातोस, तेव्हा तू साक्षीभावाने पाहणारा द्रष्टा बनतोस. साक्षीभावाने पाहणारा स्वप्न पाहण्यात निपुण असतो, जो पाहणं शिकला असतो. कलाकार, स्वप्न पाहणारा, संदेश देणारा, साक्षीभावाने पाहणारा, तुला अनेक नावं देता येतील. मी तुला कलाकार म्हणणं पसंत करतो कारण तुझी निर्मिती हा कलेचा सर्वोत्तम आविष्कार आहे.

तुझी निर्मिती पाहण्यासाठी, जे आहे ते पाहण्यासाठी, सत्य

पाहण्यासाठी ही तुला मिळालेली संधी आहे. परंतु प्रथम तुला जे सत्य नाही ते सर्वकाही, सर्व अंधश्रद्धा किंवा असत्ये सोडून द्यायला हवीत. सत्याला आमंत्रण देण्याची तुझी इच्छा असेल तर तुझ्या लक्षात येईल की तुझी कथा, मग तू त्याला काहीही म्हण, पूर्णपणे खोटी आहे. तुला उमगतं की, तुझी कथा सत्य नाही. तू जे नाहीस ते सोडून देण्याचं, भूतकाळ सोडून देण्याचं, तुझ्या कथेपासून अलिप्त राहण्याचं धैर्य तुझ्यात असण्याची आवश्यकता आहे. कारण तुझी कथा म्हणजे तू नव्हेस. तू स्वतःला सांगत आलेल्या असत्यांवर विश्वास ठेवणं तू ज्या क्षणी सोडतोस, तेव्हा तुला उमगतं की सत्य कितीही दुःखदायक असलं तरी असत्यांवर विश्वास ठेवण्यापेक्षा हजारो पटींनी उत्तम आहे.

कोणत्याही कादंबरीत, चित्रपटात किंवा आयुष्यातील नाटकात कथेचा सर्वोच्च बिंदू म्हणजे सत्याचा क्षण. त्या आधी कथेतील नाट्य वाढत वाढतच जातं. ताण शिगेला पोहोचतो व मग एखाद्या तुफानी लाटेप्रमाणे सत्य अवतरतं आणि सर्व असत्यांचा नाश करतं. संकटाच्या क्षणी सत्याच्या उपस्थितीत असत्ये टिकाव धरू शकत नाहीत आणि ती नाहीशी होतात. मग कसलाही ताण राहत नाही. सत्याबरोबर शांती परत येते आणि नाट्य संपल्यामुळे आपल्याला सुटल्यासारखं वाटतं.

अर्थात तुमच्या कथेमध्ये जेव्हा सत्याचं आगमन होतं, तेव्हा तुझा ज्या ज्या गोष्टींवर विश्वास होता, त्यांना धोका जाणवतो. भीती ताबा मिळवते व म्हणते, मदत पाहिजे! माझ्या आयुष्याचे आधारस्तंभ, मी आत्तापर्यंत विश्वास ठेवलेल्या सर्व गोष्टी कोलमडून पडत आहेत. माझी असत्ये नसतील तर माझे काय होणार? यापुढे माझा कशावरही विश्वास नसेल, असत्य कथन केलं नाही तर माझ्याकडे बोलण्यासारखं काहीही नसेल. अगदी बरोबर! मी तुला हेच तर सांगायचा प्रयत्न करतोय.

लोक मला विचारतात, जर मी कोणत्याही चिन्हावर विश्वास ठेवला नाही, जर मी प्रत्येक शब्दामधून माझा विश्वास काढून घेतला, तर मी कोणाशी संवाद कसा साधणार? माझ्या ज्ञानाच्या आधाराशिवाय मी आयुष्यात तग कसा धरणार? तुला दिसू शकेल की, साशंकतेचं सामर्थ्य

त्यांच्या मनात काम करतंय आणि ते पूर्वीपेक्षा मोठं झालंय.

बोलायला शिकण्यापूर्वी तू जसा होता, अगदी इतर सर्व प्राण्यांप्रमाणे, हे तुला आठवत असेल तर तुझ्या लक्षात येईल की, तेव्हा तू शब्दांशिवाय संवाद साधू शकत होतास. पूर्वी तू जसा होतास तो अस्सलपणा तुला परत मिळावा आणि तू सत्याचा अनुभव घ्यावास अशी माझी इच्छा आहे. तू थेट तुझ्या हृदयाप्रत जावं आणि शब्दांशिवाय सत्याचा शोध घ्यावास. तुझं खरं स्वरूप तुला सापडावं आणि तुझ्या सर्व सामर्थ्याने तू ते व्यक्त करावंस अशी माझी इच्छा आहे.

तू स्वतःप्रत परत येण्याच्या प्रवासातील सर्वोच्च बिंदू म्हणजे असा क्षण, जेव्हा अखेर तू स्वतःला सत्याच्या नजरेतून पाहतोस. जर तू स्वतःचं खरं स्वरूप पाहू शकलास, तर तुला जे दिसेल ते खूप आवडेल. तुला तुझ्या अस्तित्वाचं दिव्यत्व दिसतं; तू किती विलक्षण सुंदर आहेस ते तुला दिसतं. तुला स्वतःमधील परिपूर्णत्व दिसतं आणि यामुळे आत्तापर्यंत तुझ्या मनात इतरांनी भरवलेल्या सर्व शंका मोडून पडतात. तुला दिसतं की, तू प्रकाश आहेस, तू चैतन्य आहेस आणि जेव्हा तू स्वतःमधील ईश्वरत्व स्वीकारतोस तेव्हा तू सत्याचं उत्तम प्रतिबिंब बनतोस.

जीवनाचा आनंद लुटायला तू इथे आला आहेस. तुझ्या नाटकामुळे, तुझ्या अहंभावामुळे दुःख भोगायला तू इथे आलेला नाहीस. ते म्हणजे तू नव्हेस; ते तुझं शुद्ध स्वरूप नव्हे. स्वप्न पाहणारा, कलाकार, साक्षीभावाने पाहणारा बनण्यासाठी तू इथे आला आहेस. जोपर्यंत तुझे डोळे फक्त तुझी स्वतःची कथा, तुझ्या स्वतःच्या जखमा, तुझ्या स्वतःवर झालेले अत्याचार पाहतायत, तोपर्यंत तू साक्षीभावाने पाहणारा होऊ शकत नाही. जर अजूनही तुझं लक्ष तुझ्या आईने वीस किंवा चाळीस वर्षांपूर्वी काय केलं किंवा तुझ्या वडिलांनी काय केलं किंवा तुझ्या जोडीदाराने काय केलं किंवा तुझ्या कथेतील एखाद्या दुय्यम व्यक्तिरेखेने काय केलं याकडे असेल, तर तुला सत्य दिसत नाहीये. त्या नाट्यावर तू लक्ष केंद्रित करत असशील तर तुझ्या बोलणं म्हणजे भिंतीशी बोलण्यासारखं आहे. हे कुठेतरी ओळखीचं वाटतंय का?

साक्षीभावाने पाहण्यापूर्वी जीवनाच्या साधेपणापासून खूप दूर असतोस. तुझा असा विश्वास असतो की, तुला सर्व काही माहीत आहे. तू मोठी मोठी मतं बनवतोस आणि इतरांवर ती लादण्याचा प्रयत्न करतोस. साक्षीभावाने पाहणारा बनल्यावर सर्वकाही बदलतं. साक्षीभावाने तुला दिसतं की लोक काय ढोंग करतायत, ते काय व्यक्त करतायत, त्यांचा स्वतःविषयी काय समज आहे? तुला उमगलं की, ते सत्य नाही, सर्वजण फक्त ढोंग करत आहेत. ते कसलं ढोंग करत आहेत? तुला अगदी तंतोतंत माहीत नसलं, तू निर्माण केलेल्या सर्व दुय्यम व्यक्तिरेखांची मनं तू वाचू शकत नाहीस. तू स्वतः काय ढोंग करतोयस, तेसुद्धा तुला माहीत नसतं; परंतु त्या ढोंगीपणाच्या पलीकडे असलेली खरीखुरी व्यक्ती तू पाहू शकतोस. आणि खऱ्याखुऱ्या व्यक्तीवर तू प्रेम करत नाहीस, असं कसं होईल? अगदी तुझ्याप्रमाणे खरीखुरी व्यक्ती अमर्यादतेतून येते. ज्ञानाच्या आवाजातून येणाऱ्या चिन्हांशी, कोणत्याही कथेशी खऱ्याखुऱ्या व्यक्तीचा काहीही संबंध नसतो.

साक्षीभावाने पाहिल्यावर तुला कथेच्या पलीकडचं दिसतं. तू इतर व्यक्तींना जाणतोस परंतु ते स्वतःला जाणत नाहीत. ते तुला जाणणं शक्य नाही आणि तशी गरजसुद्धा नाही. तुझी जागरूकता बहुतांशी व्यक्तींकडे नसते. आपण असे का, माहीत नसतं. त्यांना काहीही कल्पना नसते; ते फक्त तग धरून राहतायत. कुणावरही विश्वास ठेवण्याची त्यांना गरज नाही. परंतु तरीही ते सर्वांवर विश्वास ठेवतात. त्यांचा स्वतःवर अजिबात विश्वास नसतो, ते किती महान आहेत याची त्यांना कल्पना नसते. त्यांना फक्त स्वतःचे ज्ञान दिसते, जे एखाद्या धुक्याच्या भिंतीप्रमाणे त्यांना घेरून टाकतं. हजारो दारूड्यांच्यामध्ये दारू न घेतलेली एकमेव व्यक्ती असल्याची कल्पना कर. अशा लोकांशी तू चर्चा करणार आहेस. तू त्यांच्यावर विश्वास ठेवणार आहेस. तुला माहीत आहे की ते जे बोलतायत ते सत्य नाही. आणि हे तुला माहीत आहे कारण तू पूर्वी दारूडा होतास आणि तू बोललेलं सर्वकाहीसुद्धा सत्य नव्हतं.

जागरूकतेमधून तुला सहज उमगतं की, ती मनं जशी आहेत

तशी कशामुळे तयार झाली. परंतु तुझ्याकडे जागरूकता आहे म्हणून तू इतरांपेक्षा उत्तम नाहीस. जागरूक असल्याने तू श्रेष्ठ बनत नाहीस, जास्त बुद्धिमान बनत नाहीस. बुद्धीशी त्याचा काहीही संबंध नसतो. हे जाणल्यावर अर्थातच तू पूर्णपणे नम्र असतोस. तुला फरक पडत नसतो. परंतु मला फरक पडत नाहीचे दोन प्रकार आहेत. पहिल्या स्वप्नातील अत्याचारग्रस्त व्यक्तीची पद्धत आणि त्याचं मला फरक पडत नाही म्हणणं अगदी असत्य आहे, कारण त्या व्यक्तीला खरंतर फरक पडत असतो व तिला दुःख होतं, यातना होतात. तिला तीव्र जखमा असतात आणि बचावाची यंत्रणा असते जी म्हणते, मला फरक पडत नाही. अर्थातच त्या व्यक्तीला फरक पडतो आणि त्या मला फरक पडत नाही त्यावर तुझा नक्कीच विश्वास नसतो.

साक्षीभावाने पाहू लागल्यावर तुला इतरांच्या वागण्याचा पूर्ण अंदाज येऊ शकतो. तुला दिसू शकतं की, अत्याचारग्रस्त या पहिल्या स्वप्नातील सर्व व्यक्ती आपापल्या कथेतील मुख्य व्यक्तिरेखेने झपाटलेल्या असतात. तो त्यांचा दृष्टिकोन असतो. त्यांचा एकमेव दृष्टिकोन. आयुष्याकडे बघण्याचा त्यांचा दृष्टिकोन खूप संकुचित असतो आणि तो तसा असतो, कारण त्यांची मानसिकता आरशाचं काम करते, जो आरसा त्यांना त्यांच्याच समजुती, श्रद्धा दाखवितो आणि हे स्पष्ट आहे की, त्या समजुती सत्य नव्हेत. ते त्यांच्या समजुतींची तुझ्यावर छाप पाडतात आणि तुला याची जाणीव असते परंतु तू ते व्यक्तिशः घेत नाहीत. कारण त्यांच्या समजुती सत्य आहेत असं तू गृहीत धरत नाही. तुला माहीत असतं की ते जे व्यक्त करत आहेत ती त्यांना स्वतःबद्दलची समजूत आहे आणि तुला माहीत असतं कारण पूर्वी तू हेच करत होतास.

साक्षीभावाने पाहू लागल्यावर इतर कलाकार स्वतःच्या बाबतीत काय करतायत ते सर्वकाही तू पाहतोस, परंतु तुझा दृष्टिकोन पूर्णपणे व्यक्तिभावरहित असतो. शिकलेलं ज्ञान सोडून देण्याची प्रक्रिया तुला अशा ठिकाणी घेऊन जाते, जिथे तुझ्या कथेमध्ये न्यायाधीश आणि अत्याचारग्रस्त नसतात. ती केवळ एक कथा असते आणि ती तुझी

निर्मिती आहे हे तुला माहीत असतं; परंतु जणुकाही ती इतर कुणाच्या बाबतीत घडतेय असा तू असतोस. तू सर्व कथा पाहतोस; तू सर्व चिन्हं पाहतोस, लोक त्या चिन्हांचा कसा खेळ करतात ते तू पाहतोस; परंतु त्याचा तुझ्यावर काहीही परिणाम होत नाही. तुला राग किंवा दुःख होत नाही कारण तू अभेद्य असतोस. तू चेहरे पाहतोस, तुला चेहरे आवडतात परंतु तुला अशीदेखील जाणीव असते की ते तुझ्या स्वप्नाचा भाग नाहीत. ते इतर कलाकार पाहत असलेलं त्यांचं व्यक्तिगत स्वप्न आहे आणि त्यांच्या स्वप्नाबद्दल, त्यांच्या निर्मितीविषयी तुला पूर्ण आदर आहे.

आदर हा एक सुंदर शब्द आहे आणि आपण समजून घेण्याजोगं ते एक महत्त्वाचं चिन्ह आहे. कल्पना कर की हा शब्द तू पूर्वी कधीही ऐकला नाहीस आणि त्या शब्दाचा अर्थ आपल्याला आता सहमतीने तयार करायचा आहे. नाहीतर आपल्याला त्याचा उपयोग होणार नाही. इतर अनेक चिन्हांप्रमाणे आदर या चिन्हाची सुरुवात प्रथम स्वतःपासून होते आणि मग आपल्या भोवतालच्या सर्वांकडे, सर्व गोष्टींकडे ते जातं. जर आपण स्वतःचा आदर राखला नाही तर इतर कुणाचा आदर कसा करणार?

जेव्हा तुला स्वतःविषयी आदर असतो, तेव्हा तू जसा आहेस तसा स्वतःचा स्वीकार करतोस. जेव्हा तू इतरांचा आदर करतोस तेव्हा ते आहेत तसा त्यांचा स्वीकार करतोस. जेव्हा तू सृष्टीतील सर्व गोष्टींचा प्राणी, समुद्र, वातावरण, पृथ्वी- आदर करतोस, तेव्हा तू संपूर्ण निर्मिती आहे तशी स्वीकारतो. जेव्हा आपण या जगात प्रवेश केला तेव्हा सर्वगोष्टी आधीच निर्माण झाल्या होत्या. एखाद्या गोष्टींची निर्मिती व्हायला हवी किंवा नको ही आपली निवड नव्हती. ती आधीच निर्माण झाली होती आणि आपण तिचा आदर करतो. आपण ती अधिक चांगल्या प्रकारे करू शकतो का? कदाचित असेल. परंतु मला तसं वाटतं, अस्तित्वात असलेल्या प्रत्येक गोष्टींचा ती आहे तसा पूर्णपणे स्वीकार करणं, जर ती गोष्ट आपल्याला हवी तशी नसली तरीही म्हणजे आदर असणं. आदर या शब्दाचा हा एक अर्थ आहे.

जेव्हा तू आहेस तसा स्वतःचा स्वीकार करतोस, तेव्हा तू स्वतःबद्दल मतं बनवत नाहीस. जेव्हा तू इतर सर्वांचा ते आहेत तसा स्वीकार करतोस, तेव्हा तू त्यांच्याबद्दल मतं बनवत नाहीस. मग तुझ्या जगात काहीतरी अद्‌भुत घडतंः तुला आंतरिक शांती मिळते. तुझा स्वतःशी संघर्ष नसतो आणि इतर कुणाशीही संघर्ष नसतो. मानवजातीमध्ये अस्तित्वात असलेला सर्व संघर्ष आदर नसल्यामुळे आहे. प्रत्येक युद्ध आपण दुसऱ्या कलाकारांच्या जगण्याच्या पद्धतीचा आदर न केल्यामुळे घडतात. त्यांच्या मूलतत्त्वांचा आदर करण्याऐवजी आपण आपल्या समजुती त्यांच्यावर लादायला सुरुवात करतो. शांततेऐवजी युद्ध घडतं.

आदर हा एखाद्या सीमारेषेप्रमाणे आहे. आपण ज्याला आपलं मूलतत्त्व म्हणतो ते आणि आदर हे एकमेकांना पूरक आहेत. जगात अस्तित्व असलेल्या प्रत्येक गोष्टीला जसं मूलतत्त्व आहे तसं आपल्यालाही आहे. आपण या जगात इतर लाखो गोष्टी पाहणाऱ्या सर्वांना सुसंगतीने, शांततेत राहणं शक्य होतं.

दुसऱ्यांदा लक्ष देऊन पाहिलेल्या स्वप्नात आपण आपला व्यक्तिगत स्वर्ग निर्माण करायला सुरुवात करतो आणि तिसऱ्या स्वप्नाप्रत पोहोचल्यावर आपलं जीवन स्वर्ग असतं. स्वर्गाच्या या राज्याचे आपण राजे किंवा राणी असतो. माझं व्यक्तिगत साम्राज्य आहे आणि तो स्वर्ग आहे. परंतु तो पूर्वीपासून स्वर्ग नव्हता. तो स्वर्ग बनला- ज्या क्षणी मी स्वतःविषयी किंवा इतरांविषयी मतं बनविणं सोडून दिलं, जेव्हा मी स्वतःच्या साम्राज्याचा पूर्ण आदर करण्याचं ठरविलं, आणि जेव्हा मी इतरांच्या साम्राज्याचा आदर करायला शिकलो. पाचवा करार आदराबद्दलसुद्धा आहे कारण दुसऱ्या कलाकाराची कथा ऐकताना मी त्याचा आदर करतो. इतर कलाकारांना त्यांची कथा लिहिण्यात मदत करण्याऐवजी मी त्यांना त्यांची कथा लिहू देतो.

मी कधीही तुझी कथा लिहिणार नाही. त्याचप्रमाणे मी इतर कुणालाही माझी कथा लिहू देणार नाही. तुझ्या मनाचा, स्वप्नाचा, निर्मितीचा मला आदर वाटतो. तुझ्या सर्व समजुतींचा मला आदर आहे.

तू तुझं जीवन कसं जगावंस, काय कपडे घालावे, कसं बोलावंस, कसं चालावंस, तुझ्या साम्राज्यात तू जे करतोस ते कसं करावंस, याबद्दल जेव्हा मी तुला सांगण्याचा प्रयत्न करत नाही; तेव्हा मी तुझा आदर करतो. जेव्हा मी तुझ्या साम्राज्याचं नियंत्रण करण्याचा प्रयत्न करतो, तेव्हा मी तुझा अनादर करतो आणि तुझ्या साम्राज्याचा ताबा मिळविण्यासाठी आपल्यात युद्ध सुरू होतं. तुला नियंत्रित करण्याच्या प्रेरणेमुळे मी माझं स्वातंत्र्य गमावतो. तू आहे तसा असू देण्यामध्ये, तुला हवं ते बनू देण्यामध्ये माझं स्वातंत्र्य आहे. तुझी आभासी वस्तुस्थिती बदलणं हे माझं कार्य नव्हे. स्वतःला बदलणं हे माझं कार्य आहे.

तू तुझ्या साम्राज्याचा राजा किंवा राणी आहेस. ती तुझी निर्मिती आहे; तू तिथे राहतोस, ते फक्त तुझं आहे. तू तुझ्या साम्राज्याचं स्वप्न पाहत आहेस आणि या तुझ्या साम्राज्यात अत्यंत आनंदी असणं तुला सहजशक्य आहे. कसं काय? सर्वप्रथम तुझ्या साम्राज्याचा तू आदर राखणं आवश्यक आहे नाहीतर लवकरच तुझं साम्राज्य नरक बनेल आणि स्वर्ग राहणार नाही. दुसरं म्हणजे तू इतर कुणालाही तुझ्या साम्राज्याचा अनादर करू देणार नाहीस. जो कोणी तुझ्या साम्राज्याचा अनादर करतो, तो तुझ्या साम्राज्याच्या बाहेर जातो. ते तुझं साम्राज्य आहे; ते तुझं आयुष्य तुझ्या पद्धतीने जगण्याचा अधिकार आहे आणि कोणतीही पद्धत चुकीची नाही. चुकीची पद्धत हे आपण निर्माण केलेलं केवळ एक मत आहे.

तुझं वैयक्तिक युद्ध जिंकल्यानंतर तू इतरांविषयी मतं बनवत नाहीस आणि इतरांच्या मतांचा तुझ्यावर परिणाम होत नाही. अर्थात तू इतरांप्रमाणे चुका करतोस परंतु तुझ्या डोक्यात पूर्ण समतोल आहे. तू प्रत्येक चुकीची एकदाच किंमत मोजतोस आणि तुझं स्वतःवर प्रेम असल्यामुळे, तुला स्वतःचा आदर असल्यामुळे किंमत अगदी क्षुल्लक असते.

कदाचित तुमच्या डोक्यातील त्या आवाजाला मी सांगत असलेल्या शब्दांचा अर्थ उलगडेल. आणि कदाचित तो आवाज या नवीन

माहितीनुसार स्वप्न पाहायला सुरुवात करेल आणि यापुढे हुकूमशहा न होण्याचं, तुझ्याविषयी मतं बनविण्याचा तुझा शेवटचा दिवस अगदी जवळ असू शकेल. ते तुझ्यावर अवलंबून आहे. हुकूमशहाला मतं न बनविण्याबद्दल तू पटवू शकलास तर लवकरच तुझ्यासाठी सर्व गोष्टी बदलतील.

कल्पना कर की, हुकूमशहा तुझा वैरी असण्याऐवजी तुझा साहाय्यक बनला आणि त्याने तुझ्या आयुष्याचं नाट्य बनविण्याऐवजी शांती राखण्यात तुला मदत केली. जेव्हा हुकूमशहा तुझा मित्र बनतो, तेव्हा पुन्हा कधीही तो तुझ्या विरोधात जात नाही; तुझा घातपात करत नाही. तुला जे निर्माण करायचं आहे. त्यासाठी तुला साहाय्य करतो. मग मन हे आत्म्याचं सामर्थ्यशाली साधन बनतं; शक्तिशाली मदतनीस बनतं. याचा परिणाम म्हणजे पूर्णपणे निराळं स्वप्न, तुझा वैयक्तिक स्वर्ग.

स्वर्गाच्या स्वप्नामध्ये तू जीवनाला पूर्णपणे शरण जातोस. प्रत्येक गोष्ट जशी असायला हवी तशी आहे ही जाणीव असल्यामुळे आणि प्रत्येक गोष्ट आहे तशी स्वीकारल्यामुळे तुला कोणत्याच गोष्टींची चिंता नसते. भीती न उरल्यामुळे तुझं आयुष्य उत्कट बनतं. तू जाणतोस की तू जे करायला हवंस, अगदी तेच करत आहेस आणि जे काही घडून गेलंय ते घडणारच होतं. तू ज्यांना तुझ्या सर्वांत मोठ्या चुका समजतोस, त्यासुद्धा घडणारच होत्या कारण त्यांच्यामुळेच तुझ्या जाणिवा विस्तृत झाल्यात. तुझ्या बाबतीत घडू शकणारी सर्वांत वाईट गोष्टसुद्धा घडणारी असते, कारण ती तुझ्या प्रगतीला चालना देणारी असते.

आपल्याबाबतीत घडणारी सगळ्यात वाईट गोष्ट कोणती? मृत्यू? आपण सर्वजण मृत्यू पावणार आहोत आणि आपण त्याबाबतीत काहीही करू शकत नाही. आपण प्रवासाचा आनंद घेऊ शकतो किंवा त्याला विरोध करून दुःख भोगू शकतो. परंतु विरोध करणं व्यर्थ आहे. आपण आहोत तसं असण्याची अंतर्योजना आहे आणि आपण आहोत फक्त तसेच असू शकते. परंतु आपल्या आभासी वस्तुस्थितीमध्ये आपण आपल्या अंतर्योजनेच्या विरोधात जाऊ शकतो आणि त्याचमुळे आपण

संपूर्ण विरोधाचं जग निर्माण करतो. धडपड करणं हा विरोध आहे आणि विरोध दुःख निर्माण करतो.

जेव्हा तू जीवनाला शरण जातोस, तेव्हा विलक्षणपणे सर्वकाही बदलतं. तुझ्या शरीराद्वारे, मनाद्वारे प्रवाहित होणाऱ्या ऊर्जेला तू शरण जातोस आणि ती जीवनाची संपूर्ण नवीन दृष्टी असते. तो अस्तित्वात असण्याचा एक मार्ग आहे. ते म्हणजे प्रत्यक्ष जीवन आहे. तू आनंदी असतोस कारण तू सत्य असतोस. तू कुठेही असलास, काहीही केलंस तरी आनंदी असतोस. तू काहीही विशेष करत नसलास तरी जीवनाचा आनंद घेतोस. तू समस्या निर्माण केल्या असल्या तरी तू जीवनाचा आनंद घेतोस. तू मुक्त असतोस आणि ते अशा निपुण स्वप्न पाहणाऱ्या व्यक्तीचं स्वातंत्र्य असतं, जी त्या स्वप्नामध्ये गुंतून गेलेली नाही. तुला हवं तेव्हा लक्ष देऊन तू त्या स्वप्नात सहभागी होतोस आणि हवं तेव्हा त्यातून बाहेर येतोस. बाहेरच्या स्वप्नाला तुझं लक्ष वेधून घ्यायचं असतं आणि तू तसं जोडलं जायला परवानगी देतोस, परंतु तू ही जोडणी कधीही तोडू शकतोस. प्रत्येक क्षणाला तुझं स्वप्न तू बदलू शकतोस आणि पुन्हा नव्याने सुरुवात करू शकतोस.

प्रत्येक क्षणी तुला काय ठेवायचं आहे आणि काय सोडून द्यायचं आहे, याची निवड तू करतोस. परंतु शब्दांच्या साहाय्याने नव्हे. तुला कथा रचण्याची आवश्यकता नसते परंतु तुला हवं तर तू ते करू शकतोस. तुझ्या कथेमध्ये तुझ्या बाबतीत जे घडतंय, त्याचा दोष तू संपूर्ण जगाला देऊ शकतोयस किंवा तू तुझ्या कथेची पूर्ण जबाबदारी घेतोस, कलाकार होतोस, कथा पाहतोस आणि तुला हवं त्या पद्धतीने ती कथा बदलतोस. तू श्रीमंत असू शकतोस किंवा गरीब, ते महत्त्वाचं नाही. तुला कीर्ती मिळू शकते किंवा नाही पण ते महत्त्वाचं नाही. अंधाऱ्या दुनियेत हे माझ्या मते गंमतशीर नाही परंतु तो एक पर्याय आहे आणि तू तो पर्याय निवडू शकतोस. तू तुझ्या निर्मितीची पूर्ण जबाबदारी घेतलीस तर तुझ्या जीवनात तुला हवं ते तू निर्माण करू शकतोस, तू तुझी कथा नव्याने लिहू शकतोस; तू तुझं स्वप्न पुन्हा निर्माण करू शकतोस आणि तू जर तुझं

प्रेम तुझ्या निर्मितीमध्ये ओतायचं ठरवलंस, तर पूर्वी नाट्यमय असलेल्या सर्व कथा तू अद्‌भुत, सुरस, रम्य कथांमध्ये बदलू शकतोस.

कदाचित तुझी कथा पूर्ण झालेली नाही आणि कोण जाणे करशील की नाही! खरंतर ते तितकं महत्त्वाचं नाही. तुझ्या आयुष्याचं तू काय करतोयस, हे तितकं महत्त्वाचं नाही. दुसरे त्यांच्या आयुष्उयाचं काय करतायत हेदेखील तितकं महत्त्वाचं नाही आणि तो तुझा प्रश्न नव्हे. तितकं महत्त्वाचं काहीही नाही. परंतु आपण म्हणू शकतो की एक गोष्ट महत्त्वाची आहे आणि ती म्हणजे खुद्द जीवन. जीवनाने, निर्मात्याने केलेली जगण्याची प्रेरणा निर्मिती तेवढी महत्त्वाची नाही. दिवसागणिक, क्षणोक्षणी, पिढ्यान् पिढ्या व्यक्तरूप बदलत राहतं. जीवन चिरंतन आहे, परंतु जोपर्यंत तू भौतिक शरीरात जगत आहेस, फक्त तोपर्यंत तुझं स्वप्न अस्तित्वात असतं. तू इथे जे जे केलंस ते तुझ्याबरोबर नेऊ शकत नाहीस. तुला त्याची आवश्यकता नसते, तुला कधीच नव्हती, तुला कधीच असणार नाही.

याचा अर्थ असा नव्हे की तू निर्मिती करणार नाहीस. अर्थात तू निर्मिती करशील कारण निर्मिती करणं हे तुझं मूलतत्त्व आहे. तू सतत निर्मिती करणं हे तुझं मूलतत्त्व आहे. तू सतत निर्मिती करत असतोस; तू सदैव स्वतःला व्यक्त करत असतोस. तू जन्मतः कलाकार आहेस आणि तुझी कलाकृती ही तुझ्या आत्म्याची अभिव्यक्ती आहे; तुझं स्वरूप असलेल्या चैतन्याचं ते व्यक्तरूप आहे. तू किती सामर्थ्यशाली आहेस याची तुला जाणीव आहे आणि ते सामर्थ्य खरंखुरं आहे. तुझ्या ज्ञानाची तुला जाणीव आहे आणि तुझं सर्व ज्ञान सत्य नाही, याचीदेखील तुला जाणीव आहे.

सत्य अगदी तुझ्यासमोर घडतंय. जीवन अनुभवणं म्हणजे सत्य अनुभवणं. सत्य पाहणं. तुझ्या जीवनात परिवर्तन घडवित सत्य बनणं हे खरं उद्दिष्ट आहे. कारण ते तुझं खरं स्वरूप आहे. जे सत्य नाही ते महत्त्वाचं नाही. तुझी सत्याची ओढ आणि तुझं सत्याचं प्रेम हे महत्त्वाचं आहे आणि हे खरं ज्ञान आहे.

१३

तीन भाषा

तू कोणत्या प्रकारचा संदेशवाहक आहेस?

पाचवा करार हे टॉलटेकचं सर्वांत प्रगत ज्ञान आहे. कारण ते आपल्याला आपलं खरं स्वरूप : सत्याचे संदेशवाहक, याप्रत परतण्यासाठी तयार करतं. प्रत्येक वेळी आपण बोलतो तेव्हा संदेश देत असतो आणि जर आपण सत्याचा संदेश देत नसू, तर त्याचं कारण आपल्याला आपल्या खऱ्या स्वरूपाची जाणीव नाही. पहिले चार करार आपल्या खऱ्या स्वरूपाची जाणीव परत मिळवून देण्यासाठी आपल्याला मदत करतात. आपल्या शब्दाच्या सामर्थ्याची जाणीव होण्यासाठी ते आपल्याला मदत करतात. परंतु खरं उद्दिष्ट पाचवा करार हे आहे, कारण तो आपल्याला चिन्हांच्या पलीकडे नेतो आणि प्रत्येक शब्दाच्या निर्मितीसाठी आपल्याला जबाबदार बनवितो. आपण चिन्हांमध्ये गुंतवलेलं विश्वासाचं सामर्थ्य परत मिळविण्यासाठी पाचवा करार आपल्याला मदत करतो. आणि चिन्हांच्या पलीकडे गेल्यावर आपल्याला मिळालेलं सामर्थ्य विलक्षण असतं कारण ते कलानिपुण निर्मात्याचं, जीवनशक्तीचं, आपल्या खऱ्या स्वरूपाचं सामर्थ्य असतं.

पाचवा करार संदेशवाहकांसाठी किंवा देवदूतांसाठी एक प्रकारची साधने आहेत. कारण त्यांना जाणीव आहे की त्यांना जगाला एक संदेश द्यायचा आहे. देवदूत खरोखरच अस्तित्वात आहेत. परंतु धर्मामध्ये उल्लेख

केलेले, पंख असलेले देवदूत नव्हे, आपण सर्वजण संदेशवाहक आहोत; आपण सर्वजण देवदूत आहोत परंतु आपल्याला पंख नाहीत आणि पंख असलेल्या देवदूतांवर आपला विश्वास नाही. पंख असलेल्या देवदूतांची धर्मामध्ये असलेली कथा हे केवळ एक चिन्ह आहे आंणि या चिन्हानुसार पंखांचा अर्थ असा की देवदूत उडू शकतात.

देवदूत उडतात व माहिती, संदेश देतात आणि जीवन किंवा सत्य हा खरा संदेश आहे. परंतु जगात असे अनेक संदेशवाहक आहेत जे जीवन, सत्य पोहोचवत नाहीत. जगात लाखो संदेशवाहक आहेत, जाणीव असलेले किंवा जाणीव नसलेले. हे अगदी उघड आहे की बहुतांशी वाहक हे जाणीव नसलेले आहेत. त्यांनी संदेश द्यावा व घ्यावा अशी अंतर्योजना आहे. परंतु आपण संदेशवाहक आहोत याची जाणीव नाही. मानवजातीतील बहुतेकांना कल्पना नाही की चिन्ह ही त्यांच्यावरचा पूर्ण ताबा आहे.

ते कोणत्या प्रकारचे संदेशवाहक आहेत? उत्तर अगदी स्पष्ट आहे. त्याचे परिणाम तू जगामध्ये पाहू शकतोस. आजूबाजूला बघ आणि ते कोणत्या प्रकारचे संदेशवाहक आहेत ते तुला दिसेल. ते दिसल्यावर पाचवा करार अधिक अर्थपूर्ण वाटतो. शंका घे, परंतु नीट लक्ष देऊन ऐकायला शिक. या संदेशवाहकांमध्ये परिवर्तन कशामुळे घडेल? उत्तर आहे जागरूकता. संदेशवाहकांच्या साधनेमुळे हेच तर आपल्याला साध्य होतं. आपण जगाला कोणत्या प्रकारचा संदेश देतोय, याची जाणीव होण्यासाठी या साधनेची मदत होते.

टॉलटेकच्या दृष्टिकोनातून संदेश देण्याचे केवळ तीन मार्ग आहेत किंवा आपण असं म्हणू शकतो की मानवजातीच्या केवळ तीन भाषा आहेत : खच्चीकरण करणारी भाषा, योद्ध्याची भाषा आणि सत्याची भाषा.

संपूर्ण मानवजात खच्चीकरणाची भाषा बोलते. प्रत्येकाला ते माहीत असतं. जेव्हा आपण ही भाषा बोलतो, तेव्हा आपल्या संदेशाचा विपर्यास होतो; आपण भोवतालच्या सर्वांसाठी अपशब्द वापरतो परंतु सर्वांत

जास्त आपण स्वतःबद्दल अपशब्द वापरतो. जर आपण दुसऱ्या देशात गेलो जिथे लोक वेगळी भाषा बोलतात तर आपल्या लक्षात येतं की, ते कोणतीही चिन्ह वापरत असले तरी ते आपल्यासारखंच बोलतात. खच्चीकरण करणाऱ्या भाषेत ज्याला मी 'मोठा मिटोटे' म्हणतो- जागरूकता नसलेल्या सामान्य स्वप्नात खच्चीकरणाची प्रवृत्ती मानवी मनाचा ताबा घेते आणि शब्दाचा विपर्यास, अर्थाचा अनर्थ घडविते.

अत्याचारग्रस्त खच्चीकरणाची भाषा वापरतो; ती अन्यायाची व शिक्षेची भाषा आहे. ती नरकाची भाषा आहे कारण ती पूर्णपणे असत्याने बनली आहे. परंतु मानवजात नेहमीच खच्चीकरण करत राहील कारण तशी आपल्यामध्ये अंतर्योजना आहे. जोपर्यंत आपल्या आतील काहीतरी बदलत नाही आणि हीसुद्धा अंतर्योजना आहे आणि तेव्हा आपण खच्चीकरणाच्या विरुद्ध बंड करतो व आपल्या डोक्यात युद्ध सुरू होतं- सत्य व असत्य यांमधील युद्ध.

दुसरी भाषा योद्ध्याची भाषा आहे. ही भाषा वापरताना आपण कधी सत्य तर कधी असत्य बोलतो, जे आपल्या जागरूकतेवर अवलंबून असतं. कधीकधी आपण असत्यांवर विश्वास ठेवतो, जे आपल्याला थेट नरकात नेतं आणि कधी कधी आपण सत्यावर विश्वास ठेवतो जे आपल्याला स्वर्गात घेऊन जातं; परंतु अजूनही आपण विश्वास ठेवतो म्हणजेच चिन्हांना अजूनही आपल्या विश्वासाचं सामर्थ्य असतं. योद्धा असल्यावर आपण एका स्वप्नातून दुसऱ्या स्वप्नात उडी मारतो; कधी आपण स्वर्गात असतो तर कधी नरकात. तू कल्पना करू शकतोस की योद्ध्याची भाषा ही खच्चीकरणाच्या भाषेपेक्षा हजारो पटींनी चांगली आहे. परंतु मानवजात बोलत असलेली भाषा पुन्हा एकदा बदलून अजून एक नवीन भाषा बोलण्याची अंतर्योजना आहे.

तिसरी भाषा ही सत्याची भाषा आहे आणि जेव्हा आपण ही भाषा वापरतो, तेव्हा आपण क्वचितच बोलतो. आपल्याला पूर्ण जाणीव असते की आपण वापरत असलेली चिन्हं ही आपली निर्मिती आहे. आपल्याला जाणीव असते की. इतर मानवांशी संवाद साधण्यासाठी आपण त्या सर्व

चिन्हांना विशिष्ट अर्थ दिलाय आणि आपला संदेश पोहोचविण्यासाठी, स्वतःला व्यक्त करण्यासाठी आपण चिन्हांचा वापर शक्य तेवढ्या अचूकतेने करतो, कारण आपण संदेश असतो. सरतेशेवटी एकही असत्य शिल्लक राहत नाही. कारण आपण जागरूकतेत निपुण असतो, कारण आपण स्वतःशी जीवन, सत्य असं पाहतो.

सत्याची भाषा अगदी विरळा आहे कारण ती स्वप्न पाहण्यात निपुण असलेल्या कलाकाराची भाषा आहे. निपुण कलाकाराच्या जगात नेहमीच संगीत असतं, कला असते, सौंदर्य असतं. ते सदोदित प्रफुल्लित असतात. त्यांच्या अंतर्यामी शांती असते आणि ते आयुष्याचा आनंद घेतात.

संवाद साधण्याच्या या तीन पद्धतींना मी १-२-३, ए-बी-सी व सा-रे-ग यांची भाषा म्हणतो. १-२-३ ही खच्चीकरणाची भाषा आहे कारण ही भाषा शिकायला सोपी आहे व सर्वजण ती बोलतात. ए-बी-सी ही योद्ध्यांची भाषा आहे. कारण चिन्हांच्या हुकूमशाहीच्या विरोधात योद्धा बंड पुकारतो. सा-रे-ग ही सत्याची भाषा आहे कारण मोठ्या मिटोटेऐवजी डोक्यात संगीत असणाऱ्या कलाकारांची ती भाषा आहे.

सा-रे-ग ची भाषा मला बोलायला आवडते. माझ्या डोक्यात सदैव संगीत असतं कारण संगीतामुळे मन दुसरीकडे वळतं आणि जेव्हा मन अडथळा बनत नाही, तेव्हा ते शुद्ध प्रेरणा असतं. मला माहीत आहे की, माझ्या डोक्यातील संगीत हेसुद्धा एक स्वप्न आहे. परंतु निदान मी विचार करत नाही व कथा बनवत नाही.

अर्थात मला हवं तर मी कथा बनवू शकतो आणि ती एक सुंदर कथा असू शकेल. मी माझं लक्ष चिन्हांवर केंद्रित करू शकतो आणि तुला समजणाऱ्या चिन्हांचा वापर तुझ्याशी संवाद साधण्यासाठी करू शकतो. तू काय म्हणतोस, ते ऐकण्यासाठीसुद्धा मी चिन्हांचा वापर करू शकतो. बहुतेकदा तू स्वतःच्या कथेविषयी बोलतोस. तू मला अनेक गोष्टी सांगतोस, ज्या सत्य आहेत असा तुझा विश्वास असतो आणि मला

माहीत असतं की, त्या सत्य नाहीत. परंतु तू मला सांगतोस व मी ऐकतो आणि मला निश्चितपणे माहीत असतं की तू कोठून आलायस. मला जे दिसतं ते कदाचित तुला दिसत नाही. तू जे असल्याचं ढोंग करतोस ते नव्हे, तर खराखुरा तू मला दिसतोस. तू जे असल्याचं ढोंग करतोस ते इतकं गुंतागुंतीचं आहे की, ते समजून घेण्याचा मी प्रयत्नदेखील करत नाही. मला माहीत आहे की, तो तू नाहीस. तुझं खरं स्वरूप तुझं चैतन्य आहे आणि ते भूतलावरील इतर कोणत्याही गोष्टींप्रमाणे सुंदर व आल्हाददायी आहे.

तू एखादा टवटवीत व सुंदर गुलाब पाहतोस तेव्हा केवळ त्याचं अस्तित्व तुला प्रफुल्लित करतं. तो गुलाब किती सुंदर आहे असं स्वतःला सांगण्याची तुला आवश्यकता नसते; त्या गुलाबाचं सौंदर्य व अद्भुतता तू पाहू शकतोस. तू गुलाबाचा सुगंध घेतोस आणि ते एकही अक्षर बोलत नाहीत. संदेश तुझ्यापर्यंत पोहोचतो परंतु शब्दातून नव्हे. जंगलात गेलास तर वेगळ्यांच चिन्हांतून पक्षी इतर पक्ष्यांशी बोलताना, झाडं इतर झाडांशी बोलताना तुला दिसतात. तुझ्या भोवतालच्या सर्वांचं आंतरिक अनुसंधान तू पाहू शकतोस आणि ते विलक्षण असतं. या जगात सर्वत्र संदेशवाहक आहेत. परंतु तू कधी याचा विचार केलाय का?

तुझ्या कधी हे लक्षात आलंय का, की या जगात तुझं आगमन झाल्यापासून तू एक संदेश देत आलायस? तुझ्या जन्मापूर्वीच, तुझ्या आईला ती गरोदर असल्याची जाणीव झाली तेव्हाच तुझा संदेश अस्तित्वात आला. तुझे आई-वडील तुझ्या आगमनाची, तुझ्या जन्म च्या क्षणाची आतुरतेने वाट पाहत होते. त्यांना माहीत होतं की चमत्कार होऊ घातलाय आणि अगदी जन्म झाल्या झाल्या थेट त्याच क्षणी तू तो संदेश दिलास, शब्दांशिवाय. त्यांना तुझं चैतन्य जाणवलं. देवदूताचा जन्म झाला होता आणि तू संदेश होतास.

तू संदेश होतास आणि तू अजूनही संदेश आहेस परंतु इतर संदेशवाहकांचं प्रतिबिंब पडल्यामुळे तुझा विपर्यास झाला. ही काही संदेशवाहकांची चूक नाही, तुझी चूक नाही आणि खरंतर ती कोणाचीच

चूक नाही. हा विपर्यास परिपूर्ण आहे कारण फक्त परिपूर्णता अस्तित्वात असते, परंतु नंतर तू मोठा होतोस, तुला जाणीव होते आणि वेगळा संदेश देण्याची निवड तू करू शकतोस. बोलत असलेली भाषा बदलून तू जीवनाचं उत्तम प्रतिबिंब बनण्याची निवड करू शकतोस. तू तुझी संदेश देण्याची पद्धत, स्वतःशी व इतरांशी संवाद साधण्याची पद्धत बदलू शकतोस.

आता तुझ्यासाठी एक सोपा प्रश्न आहे. तू हा प्रश्न समजून घे परंतु तुझ्या डोक्यातील आवाजाला या प्रश्नाचं उत्तर देण्याची परवानगी देऊ नकोस. या शब्दांना थेट तुझ्या हृदयात जाऊ दे, जिथे तुला या शब्दांचा अर्थ व उद्दिष्ट जाणवू शकेल. प्रश्न हा आहे : तू कोणत्या प्रकारचा संदेशवाहक आहेस? इथे मत तयार करायचं नाही. तुझ्या मनासाठी घेतलेली एक छोटी शंका आहे परंतु ती जागरूकतेप्रत घेतलेली मोठी उडी आहे. तुला हा प्रश्न उमगला तर केवळ ही छोटी शंका तुझं संपूर्ण आयुष्य बदलू शकते.

तू कोणत्या प्रकारचा संदेशवाहक आहेस? तू सत्य पोहोचवतोस की असत्य? तुला सत्य दिसतं की, तुला फक्त मोडतं? हे समस्येचं मूळ आहे आणि यामुळे खरा फरक पडतो कारण सर्व भांडण-तंटे मग ती आंतरिक खळबळ असो किंवा इतरांशी असलेले मतभेद असो, हे असत्य पोहोचविण्याचा व असत्यावर विश्वास ठेवण्याचा परिणाम आहेत.

तू कोणत्या प्रकारचा संदेशवाहक आहेस? तू खच्चीकरण व असत्य यांचा वाहक आहेस का? तुला सगळी असत्ये, सगळे अपशब्द, असत्यावर विश्वास ठेवल्यामुळे निर्माण होणारं नाट्य यांत रमता येतं का? भोवतालच्या सर्वांना तू हे देऊ करतोस का? तुझ्या मुलांना तू हे शिकवतोस का? तुझ्या समस्यांसाठी तू अजूनही तुझ्या पालकांना जबाबदार धरतोस का? लक्षात ठेव, त्यांनी शक्य तेवढं चांगलं केलं. जर तुझे पालक तुझ्याशी वाईट वागले असतील तर त्यात वैयक्तिक असं काही नव्हतं. त्यांच्या स्वतःच्या भीतीमुळे ते तसे वागले. त्यांचा तसा विश्वास असल्यामुळे ते तसे वागले. ते वाईट वागले कारण त्यांनासुद्धा

वाईट वागवलं गेलं होतं. त्यांनी तुला दुःख दिलं कारण त्यांना पण दुःख दिलं गेलं होतं. ही सतत चालू असणारी क्रिया-प्रतिक्रिया यांची साखळी आहे. तू त्या साखळीचा भाग बनून राहणार आहेस की ती साखळी तुझ्यापाशी थांबणार आहे?

तू कोणत्या प्रकारचा संदेशवाहक आहेस? तू असा योद्धा आहेस का, जो स्वर्ग व नरक यांमध्ये धडपड करतोय? तू अजूनही अशा लोकांवर विश्वास ठेवतोस जे म्हणतात, हे सत्य आहे. तू अजूनही स्वतःच्या असत्यांवर विश्वास ठेवतोस? तू स्वतःला देत असलेला संदेश जर तुला नरकाप्रत नेत असेल तर तू सर्वांत आवडत्या व्यक्तींना कोणत्या प्रकारचा संदेश देत आहेस? तुझी मुलं- ज्यांच्यावर तुझं खूप प्रेम आहे, त्यांना तू कोणत्या प्रकारचे संदेश देत आहेस? तुझ्या प्रिय व्यक्तीला, तुझ्या पालकांना, तुझ्या भावंडांना, तुझ्या मित्रमैत्रिणींना, तुझ्या भोवतालच्या सर्वांना तू कोणता संदेश देत आहेस?

तू कोणत्या प्रकारचा संदेशवाहक आहेस? तू स्वतःसाठी कोणत्या प्रकारचं स्वप्न निर्माण करत आहेस हे जर मला सांगितलंस तर मी तुला तू कोणत्या प्रकारचा संदेशवाहक आहेस ते सांगेन. तू स्वतःला कसं वागवतोस? तुझं स्वतःवर प्रेम आहे का? तुला स्वतःचा आदर आहे का? तू इतरांचा आदर करतोस का? तुला स्वतःबद्दल काय वाटतं? तुला तू आवडतोस तरी का? तुला स्वतःचा अभिमान आहे का? तू जसा आहेस त्याबद्दल समाधानी आहेस का? तुझ्या स्वप्नात काही नाट्य किंवा अन्याय आहे का? तुझ्या स्वप्नात एक न्यायाधीश व एक अत्याचारग्रस्त आहे का? ते हिंस्र प्राण्यांचं, हिंसाचाराचं स्वप्न आहे का? असं असेल तर तुझं स्वप्न तुझ्या संदेशाचा विपर्यास करत आहे. तो न्यायाधीश, तो अत्याचारग्रस्त आणि तुझ्या डोक्यातील ते सर्व आवाज सगळ्या गोष्टींचा विपर्यास करत आहेत.

या घडीला तू स्वतःला व भोवतालच्या सर्वांना एक संदेश देत आहेस. तू नेहमीच इतर मनांना संदेश देत आहेस आणि नेहमीच इतर मनांचा संदेश घेत आहेस. तू जगाला देत असलेला संदेश कोणता आहे?

तो संदेश अचूक आहे का? तुझ्या लक्षात आलंय का, की तू नेहमीच चिन्हांचा वापर करतोयस?

तू देत असलेल्या संदेशांचं फक्त निरीक्षण कर. तू बोलत असलेले शब्द सत्यातून येत आहेत की ते ज्ञानाच्या आवाजातून, हुकूमशहाकडून, मोठ्या न्यायाधीशाकडून येत आहेत? संदेश कोण देत आहे? ते तुझं खरं स्वरूप आहे का? हे तुझं स्वप्न आहे. ते तुझं खरं स्वरूप नव्हे. तर मग संदेश कोण देत आहे? हा महत्त्वाचा प्रश्न आहे.

तू बोलत असताना उच्चारलेल्या शब्दांचा इतरांवर होणारा परिणाम तू पाहू शकतोयस का? कल्पना कर की तू एका भिंतीशी बोलत आहेस. उत्तराची अपेक्षा करू नकोस. तू जे बोलतोयस ते भिंतीने ऐकण्यासाठी नव्हे तर तुझ्या तोंडातून काय बाहेर येतंय ते तू पाहण्यासाठी भोवतालच्या सर्व गोष्टींवर तुझ्या शब्दांचा परिणाम काय होतोय, हे तू पाहायला सुरुवात करावीस. यासाठी भिंतीशी बोलल्यामुळे तुझा संदेश अधिकाधिक स्पष्ट होत जातो. आणि त्यानंतर अचूकतेचं महत्त्व अगदी उघड होतं.

आता तू तुझ्या कल्पनाशक्तीचा उपयोग करून लक्षात घे, की तुझ्या संपूर्ण आयुष्यात इतर व्यक्तींशी तुझे परस्परसंबंध कशा प्रकारचे होते? मला खात्री आहे की, इतरांशी असलेल्या नातेसंबंधांबद्दल तुझ्या अनेक आठवणी असतील. लोक नेहमीच तुला संदेश देत असतात आणि तू नेहमीच त्यांचे संदेश ग्रहण करत असतोस. तुझ्या आयुष्यातील इतर लोक कोणत्या प्रकारचे संदेशवाहक आहेत? आयुष्यभर त्यांनी तुला कोणत्या प्रकारचे संदेश दिलेत? त्या संदेशांचा तुझ्यावर काय परिणाम झालाय? इतर लोकांकडून तुला मिळालेल्या संदेशांपैकी किती संदेशांना तू अनुमती दिलीस व आत्मसात केलेस? त्यांपैकी किती संदेश तू अजूनही देत आहेस? तू जर इतर कोणाचे संदेश देत असशील तर ते कोणाचे संदेश आहेत?

आयुष्यभर तू कोणत्या प्रकारचे संदेश देत आलायस व कोणत्या प्रकारचे संदेश तुला मिळालेत याची जाणीव असू दे. तुला कोणाबद्दलची मतं बनविण्याची गरज नाही. अगदी स्वतःबद्दलदेखील. फक्त विचार

: मी कोणत्या प्रकारचा संदेशवाहक आहे? माझ्या आयुष्यातील इतर लोक कोणत्या प्रकारचे संदेशवाहक आहेत? जागरूकतेमध्ये नैपुण्य मिळविण्यासाठी हे एक मोठं पाऊल आहे; साक्षीभावाने पाहण्यासाठी हे एक मोठं पाऊल आहे.

तू देत असलेल्या संदेशांची व इतर व्यक्ती तुला देत असलेल्या संदेशांची एकदा का तुला जाणीव झाली, की तुझा दृष्टिकोन ठामपणे व प्रबळतेने बदलतो. इतर व्यक्ती तुला देत असलेले संदेश तू स्पष्टपणे पाहू शकतोस आणि ते कोणत्या प्रकारचे संदेशवाहक आहेत हे तू स्पष्टपणे पाहू शकतोस. मग असा क्षण येतो जेव्हा तुझ्या जाणिवा इतक्या विस्तृत असतात की, तू इतर व्यक्तींना देत असलेले संदेश स्पष्टपणे पाहू शकतोस. तू कोणत्या प्रकारचा संदेशवाहक आहेस हे तू अचूकपणे पाहू शकतोस. तुला तुझ्या शब्दांचा परिणाम, तुझ्या कृतीचा परिणाम, तुझ्या अस्तित्वाचा परिणाम जाणवतो.

तू नेहमीच भोवतालच्या सर्वांना संदेश देत असतोस परंतु मुख्यत्वे तू नेहमीच स्वतःला संदेश देत असतोस. तो संदेश कोणता? तो संदेश सर्वांत महत्त्वाचा आहे. कारण तो संदेश तुझ्या संपूर्ण आयुष्यावर परिणाम घडवितो. तू सत्याचा संदेश देणारा निपुण कलाकार आहेस का? तू असत्याचा संदेश देणारा अत्याचारग्रस्त आहेस का? खरंतर तू निपुण कलाकार आहेस किंवा विषारी अशा अपशब्दांचा संदेशवाहक आहेस किंवा तू असा योद्धा आहेस- जो स्वर्गातून नरकाकडे व नरकातून स्वर्गाकडे वर-खाली करत असतोस हे खरंतर महत्त्वाचं नाही. तुझ्या आतमध्ये असलेली माहिती तू देत असतोस. ती चूक किंवा बरोबर, चांगली किंवा वाईट नसते; तुला तेच माहीत असतं. आयुष्यभर तू तेच शिकलेला असतोस आणि तू जे शिकलास ते खरंतर महत्त्वाचं नाही. तू जे शिकवतोयस, तू जे इतरांना देतोयस, ते खरंतर महत्त्वाचं नाही.

खरंतर महत्त्वाचं हे आहे की तू खरोखर जसा आहेस तसा असणं. अस्सल खरंखुरं असणं, आयुष्याचा आनंद घेणं, प्रेम असणं. आणि प्रेमाचं चिन्ह नव्हे, मानवाने विपर्यास केलेलं प्रेम नव्हे, तर खरं प्रेम. अशी

जाणीव जी शब्दात व्यक्त करता येत नाही, तू जसा आहेस तसं असण्यातून आलेलं प्रेम. नेहमी ध्यानात घे : अस्तित्वातील प्रत्येक गोष्ट निर्माण करणारी शक्ती तू आहेस. तू अशी शक्ती आहेस, जी फूल उमलविते आणि ढगांना, पृथ्वीला, ताऱ्यांना व आकाशगंगांना गती देते. तुझा संदेश काहीही असो, तरीही स्वतःवर प्रेम कर, तू जो आहेस त्यासाठी, तू जो आहेस त्याचा तुला आदर आहे त्यासाठी, तुझं स्वतःवर इतकं प्रेम आहे की, तू ज्या प्रकारचा संदेश देतोस त्याबद्दल तू समाधानी नाहीस असं जोपर्यंत तू ठरवत नाही, तोपर्यंत तुला बदलण्याची आवश्यकता नाही.

कदाचित तू शब्दाचा गैरवापर केलायस कारण तू अजाण होतास, कारण तुला जाणीव नव्हती. परंतु जाणीव असतानादेखील तू गैरवापर केलास तर काय होईल? जाणीव असल्यावर तू अजाणतेपणाचा दावा करू शकत नाहीस. तू काय करतोयस याची तुला जाणीव आहे आणि तू जे करतोयस ते अजूनही परिपूर्ण आहे परंतु आता तो तुझा निर्णय आहे; तो तू निवडलेला पर्याय आहे. आता प्रश्न असा होतो : कोणत्या प्रकारच्या संदेशाची निवड तू केलीयेस? तो सत्य आहे की असत्य? तो प्रेम आहे की भीती? मी सत्य व प्रेमाच्या संदेशाची निवड करतो. तू कोणता पर्याय निवडतोस?

जग बदलण्यासाठी मला मदत कर

समारोप

तू ज्याप्रकारचा संदेश देतोयस, त्याबाबत समाधानी नसशील, तुला जर सत्य व प्रेम याचा संदेशवाहक बनायचं असेल, तर मानवजातीचं नवीन स्वप्न ज्यामध्ये आपण सर्वजण सुसंगतपणे, सत्याने, प्रेमाने राहू शकू, अशा स्वप्नात सहभागी होण्यासाठी मी तुला आमंत्रित करतोय.

या स्वप्नात सर्व धर्मांतील लोकांचं, वेगवेगळी तत्त्वप्रणाली अनुसरणाऱ्या लोकांचं फक्त स्वागतच होणार नाही तर त्यांचा आदर केला जाईल. प्रत्येकजण आपल्याला हवं त्यावर विश्वास ठेवायला, हवा तो धर्म किंवा तत्त्वप्रणाली अनुसरायला मुक्त आहे. आपला कोणावर विश्वास आहे? जीझस, मोझेस, अल्ला, ब्रह्म, बुद्ध किंवा एखादा गुरू किंवा एखादा व्यक्ती ते महत्त्वाचं नाही; या स्वप्नात सहभागी व्हायला प्रत्येकाचं स्वागत आहे. माझ्या सर्व कथांवर तू विश्वास ठेवावास अशी माझी अपेक्षा नाही परंतु जर तुझ्या अंतर्यामी त्याचा प्रतिसाद उमटला, जर त्या शब्दांमागचं सत्य तुला जाणवलं, तर आपण अजून एक करार करू या : जग बदलण्यासाठी मला मदत कर.

अर्थात पहिला प्रश्न उद्‌भवतो : हे जग तू कसं बदलणार आहेस? त्याचं उत्तर सोपं आहे. तुझं स्वतःचं जग बदलून. मी जेव्हा तुला जग बदलण्यासाठी मला मदत करायला सांगतोय, तेव्हा मी पृथ्वी या

ग्रहाविषयी बोलत नाही. तुझ्या डोक्यात अस्तित्वात असलेल्या आभासी जगाबद्दल मी बोलतोय. बदल होण्याची सुरुवात तुझ्यापासून होते. तू मला जग बदलण्यासाठी मदत करू शकणार नाहीस, जोपर्यंत तू स्वतःचं जग आधी बदलत नाहीस.

स्वतःवर प्रेम करत, जीवनाचा आनंद घेत, तुझ्या वैयक्तिक जगाला स्वर्गाचं स्वप्न बनवत तू तुझ्या जगात बदल करू शकशील. आणि मी तुझ्याकडे मदत मागितली कारण तुझ्या जगात बदल घडवू शकणारी तू एकमेव शक्ती आहेस. तुझ्या जगात बदल घडवून आणण्याचं जर तू ठरवलंस, तर सर्वांत सोपा मार्ग म्हणजे या साधनांचा उपयोग करणं जी साधनं खरंतर सहजप्रेरणा आहेत. हे पाच करार तुझं जग बदलण्याची साधनं आहेत. जर तू अचूक शब्दांचा वापर करत असशील, जर तू कोणतीही गोष्ट व्यक्तिशः घेत नसशील, जर तू गोष्टी गृहीत धरत नसशील, जर तू नेहमी तुझी सर्वोत्तम कृती करत असशील आणि लक्ष देऊन ऐकताना तू साशंक असशील तर तुझ्या डोक्यात युद्ध नसेल; शांती असेल.

या पाच करारांचा तू सराव केलास तर तुझं जग सुधारतं आणि तुला तुझ्या आवडत्या व्यक्तींना आनंदात सहभागी करून घ्यावंसं वाटतं. परंतु जग बदलणं म्हणजे तुझ्या कथेतील दुय्यम व्यक्तिरेखांना बदलणं नव्हे. तुला जग बदलायचं असेल, तुझं जग, तर ते घडविण्याचा मार्ग म्हणजे तुझ्या कथेतील प्रमुख व्यक्तिरेखेला बदलणं, जर तू- प्रमुख व्यक्तिरेखा बदलायला सुरुवात होईल. तू बदलल्यावर तुझी मुलं बदलतील कारण तू त्यांना देत असलेला संदेश बदलेल. तू तुझ्या पत्नीला किंवा पतीला देत असलेला संदेश बदलेल. तुझं तुझ्या मित्रमैत्रिणींबरोबर असलेलं नातं बदलेल आणि सगळ्यात महत्त्वाचं म्हणजे तुझी स्वतःशी असलेलं नातं बदलेल.

जेव्हा तू स्वतःला देणारा संदेश बदलतोस, तेव्हा तू जास्त आनंदी होतोस आणि फक्त आनंदी असल्याने तुझ्या अवतीभोवतीच्या इतरांनाही फायदा होतो. तुझा प्रयत्न खरंतर सर्वांसाठी असतो कारण तुझा आनंद, तुझा स्वर्ग सहवासाने पसरतो. जेव्हा तू आनंदी असतोस, तेव्हा तुझ्या

भोवतालचे लोकसुद्धा आनंदी असतात आणि त्यांना त्याचं जग बदलायला प्रेरणा मिळते.

पिढ्यान्‌पिढ्या चालत आलेल्या वारशाचे आपण उत्तराधिकारी आहोत आणि मी आपण असं म्हणतोय, तेव्हा मला सर्वं मानवजात अभिप्रेत आहे. आपला वारसा म्हणजे प्रेम आहे; आनंद आहे; प्रफुल्लता आहे. या जगाचा आनंद घेऊ या. एकमेकांचा आनंद घेऊ या. आपण एकमेकांवर प्रेम करायला आलोय, द्वेष नव्हे. आपल्यातील भिन्नतेमुळे आपण एकमेकांहून उच्च किंवा नीच आहोत असा विश्‍वास ठेवणं थांबवू या. त्या असत्यावर विश्‍वास ठेवायला नको. आपल्या वेगवेगळ्या रंगामुळे आपण वेगवेगळ्या व्यक्ती आहोत अशी भीती सोडून देऊ या. काय फरक पडतो? ते अजून एक असत्य आहे. आपल्या आयुष्यावर नियंत्रण ठेवणाऱ्या सर्व असत्यांवर व अंधश्रद्धांवर विश्‍वास ठेवण्याची आपल्याला गरज नाही. अशी सर्व असत्ये, अंधश्रद्धा ज्या निरुपयोगी आहेत, त्यांचा अंत करण्याची वेळ आलेली आहे. सगळ्या समजुतींचा पगडा संपवण्याची वेळ आली आहे. आपण सत्याकडे परत येऊ शकतो आणि सत्याचे संदेशवाहक होऊ शकतो.

आपल्याकडे देण्यासाठी एक संदेश आहे आणि तो संदेश आपल्याकडे वारसा म्हणून आलाय. लहान असताना आपल्या आई-वडिलांकडून, पूर्वजांकडून तो आपल्याला मिळालाय. आपल्याला सुंदर जग मिळालंय आणि आपल्या मुलांना व नातवंडांना आपल्यासारखंच आनंदाने जगण्यासाठी, तसं जग देऊ करण्याची जबाबदारी आपली आहे. आपल्या ग्रहाचा नाश आपण थांबवू शकतो; एकमेकांचा नाश करणं आपण थांबवू शकतो. मानवजात गुण्यागोविंदाने राहू शकते. आपल्याला काही करण्याची खरोखर इच्छा असेल तर आपण जे करू शकतो ते असामान्य असतं. आपण काय करतोय याची जाणीव असण्याची आणि आपल्या सच्चेपणाकडे परत येण्याची आवश्यकता आहे.

मला माहीत आहे की, आपण सर्वजण वेगवेगळे आहोत कारण प्रत्येकजण आपापल्या वैयक्तिक स्वप्नात जगत आहे परंतु आपल्याला

दुसऱ्याच्या स्वप्नाचा आदर राखणं शक्य आहे. प्रत्येकजण स्वतःच्या स्वप्नाच्या केंद्रस्थानी आहे. याची जाणीव ठेवून आपण एकत्र राहायला अनुमती देऊ शकतो. आपल्या प्रत्येकाकडे स्वतःच्या अशा समजुती, स्वतःची कथा, स्वतःचा असा दृष्टिकोन आहे. लाखो वेगवेगळे दृष्टिकोन आहेत, परंतु आपल्यातील प्रत्येकामध्ये तोच प्रकाश आहे, जीवनाचं तेच चैतन्य आहे.

जग बदलण्यासाठी मला मदत कर हे अस्सल, मुक्त असण्यासाठी आमंत्रण आहे. हा करार ग्रहण करण्यासाठी तुझं हृदय खुलं कर. जग बदलण्यासाठी प्रयत्न कर, असं मी तुला सांगत नाही. प्रयत्न करू नकोस; प्रत्यक्ष कृती कर. अगदी आजच. आपण आपल्या मुलांसाठी, नातवंडांसाठी जो वारसा ठेवत आहोत, तो विलक्षण आहे. आपण आपल्या विचारांची पद्धत पूर्णपणे बदलू शकतो आणि जीवनाशी प्रेमाचे संबंध कसे असावेत, हे त्यांना दाखवू शकतो. आपण आपल्या व्यक्तिगत स्वर्गात जगू शकतो, जो सतत आपल्या सोबत असतो. दुःख भोगण्यासाठी आपण या ग्रहावर येतो हे खरं नाही. पृथ्वी हा सुंदर ग्रह अश्रूंची दरी नाही. विचारांची आपली नवीन पद्धत त्या सर्व असत्यांना दूर सारू शकते आणि जीवन जगण्यासाठी एका विलक्षण ठिकाणी आपल्याला घेऊन जाऊ शकते.

मी जिथे जातो तिथे लोक म्हणत असतात की, आपल्या इथे एक उद्दिष्ट पूर्ण करायला येतो, या जन्मात आपल्याला काही कार्य पार पाडायचं आहे, कशाच्या तरी पलीकडे जायचं आहे. ते काय आहे, हे मला माहीत नाही. माझा असा विश्वास आहे की, आपण इथे एक उद्दिष्ट घेऊन येतो परंतु कशाच्यातरी पलीकडे जाणं हे आपलं उद्दिष्ट नाही. तुझं उद्दिष्ट आणि आपल्या सर्वांचं उद्दिष्ट हे आहे की स्वतःला आनंदी करणं. आणि ते कसं, या प्रश्नाचं उत्तर आहे आपली आवडती गोष्ट करण्याच्या आपापल्या लाखो पद्धती. परंतु तुझ्या जीवनातील प्रत्येक क्षणाचा आनंद घेणं हे तुझं उद्दिष्ट आहे. आपल्याला माहीत आहे की लवकरच आपलं शरीर नष्ट होईल. आपल्याकडे फक्त थोडेसे सूर्योदय, थोडेसे सूर्यास्त,

थोड्याशा पौर्णिमा आहेत ज्याचा आनंद आपण घेऊ शकतो. जिवंत असण्याची, पूर्णपणे वर्तमानात असण्याची, स्वतःचा आनंद घेण्याची, एकमेकांचा आनंद घेण्याची ही आपली वेळ आहे.

मागील शतकात शास्त्र व तंत्रज्ञान यांनी खूप प्रगती केली आहे. परंतु मानसशास्त्र मागे राहिलंय. आता मानसशास्त्राने प्रगती करण्याची गरज आहे. मानवी मनाबद्दल आपल्या समजुती बदलण्याची वेळ आली आहे आणि मला दिसतंय की आता तातडीची वेळ आली आहे. कारण इंटरनेट व कॉम्प्युटर यांच्या सार्वत्रिक वापरामुळे जगभरात असत्ये वेगाने पसरू शकतायत आणि त्यांच्यावर आपलं नियंत्रण राहू शकत नाही.

अशी वेळ येऊ घातलीय, जेव्हा मानवजात असत्यांवर विश्वास ठेवणार नाही. आपण स्वतःपासून सुरुवात करतो परंतु संपूर्ण मानवजात बदलणं हे उद्दिष्ट आहे. फक्त आपलं जग बदलणं इतकंच नव्हे. परंतु आपलं स्वतःचं जग आपण आधी बदलल्याशिवाय आपण संपूर्ण मानवजात कशी बदलू शकणार? अर्थात या दोन गोष्टी वेगळ्या करणं कठीण आहे. कारण वस्तुतः आपल्याला दोन्ही एकाच वेळी करायचं आहे.

चला, आता या जगात बदल घडवू या. आपल्या डोक्यातील युद्ध जिंकू या व जगात बदल घडवू या. संपूर्ण जगाला बदलण्यासाठी किती कालावधी लागेल? दोन, तीन का चार पिढ्या? सत्य हे आहे की किती वेळ लागेल, ते महत्त्वाचं नाही. आपल्याला घाई नाही परंतु व्यर्थ गमविण्यासाठी वेळही नाही. जग बदलण्यासाठी मला मदत करा.

हे पुस्तक वाचल्यानंतर आपला अभिप्राय कृपया या पत्त्यावर अवश्य पाठवा.

Tej Gyan Global Foundation, Pimpri Colony Post Office,
P.O.Box 25, Pune-411017. Maharashtra (India).

महाआसमानी परमज्ञान शिबिर परिचय आणि लाभ

Self Delelopment to Self Realization
Towords Self Stabilizaion

तेजज्ञान फाउंडेशन आत्मविकासातून आत्मसाक्षात्कार प्राप्त करण्याचा एक मार्ग आहे. यासाठी सरश्रींद्वारा एक अनोखी बोधप्रणाली (System for Wisdom) निर्माण झाली आहे. या प्रणालीला आंतरराष्ट्रीय प्रमाणपत्राद्वारे ISO 9001:2015च्या आवश्यकतेनुसार आणि निकष पडताळून सरळ, व्यावहारिक आणि प्रभावी बनवलं गेलं आहे.

या संस्थेच्या प्रबोधनपद्धतीच्या भिन्न पैलूंना (शिक्षण, निरीक्षण आणि गुणवत्ता) स्वतंत्र गुणवत्ता परीक्षकांद्वारे (Quality Auditors) क्रमबद्ध पद्धतीने पडताळलं गेलं. त्यानंतर या पैलूंना ISO 9001:2015 साठी पात्र समजून या बोधपद्धतीला हे प्रमाणपत्र प्रदान करण्यात आलं.

या फाउंडेशनचे लक्ष्य आहे नकारात्मक विचारांकडून सकारात्मक विचारांकडे वाटचाल. सकारात्मक विचारांकडून शुभ विचारांकडे म्हणजे हॅपी थॉट्सकडे प्रगती. शुभ विचारांकडून निर्विचार अवस्थेकडे मार्गक्रमण आणि निर्विचार अवस्थेच्या अंती आत्मसाक्षात्कार प्राप्ती. 'मी सर्व विचारांपासून मुक्त व्हावे' हा विचार म्हणजे शुभ विचार (हॅपी थॉट्स). 'मी प्रत्येक इच्छेपासून मुक्त व्हावे', अशी इच्छा म्हणजे शुभ इच्छा.

तेजज्ञान म्हणजे ज्ञान व अज्ञान या दोहोंच्या पलीकडचे ज्ञान. पुष्कळ लोक सामान्य ज्ञानाच्या (General Knowledge) माहितीलाच ज्ञान मानतात. परंतु अस्सल ज्ञान आणि नुसती माहिती यांत फार मोठे अंतर आहे. आजमितीला लोक सामान्य ज्ञानाच्या उत्तरांनाच जास्त महत्त्व देतात. अशा ज्ञानाचे विषय म्हणजे कर्म आणि भाग्य, योग आणि प्राणायाम, स्वर्ग आणि नरक इत्यादी. आजच्या युगात सामान्यज्ञान प्राप्त करणारे लोक, शिक्षक मोठ्या प्रमाणावर आहेत; परंतु हे ज्ञान ऐकून जीवनात परिवर्तन घडून येत नाही. असे ज्ञान म्हणजे केवळ बुद्धिविलास आहे किंवा अध्यात्माच्या नावावर चाललेला बुद्धीचा व्यायाम आहे.

सर्व समस्यांवरील उपाय आहे तेजज्ञान. क्रोध, चिंता आणि भय यांपासून मुक्त जीवन म्हणजे तेजज्ञान. शारीरिक, मानसिक, सामाजिक, आर्थिक आणि आध्यात्मिक प्रगतीचा, सर्वांगीण प्रगतीचा मार्ग आहे

तेजज्ञान. तेजज्ञान आपल्या अंतरंगात आहे. येथे या आणि या गोष्टीचा अनुभव घ्या.

आपल्याला असे ज्ञान हवे आहे, की जे सामान्य ज्ञानापलीकडे आहे, जे प्रत्येक समस्येवरील उत्तर आहे, जे प्रत्येक समजुतीपासून, गृहीत धारणांपासून आपल्याला मुक्त करते, ईश्वरी साक्षात्कार घडविते, अंतिम सत्यात स्थापित करते. आता वेळ आली आहे शाब्दिक, सामान्यज्ञानातून बाहेर येऊन तेजज्ञानाचा अनुभव घेण्याची!

आजवर जप-तप, तंत्र-मंत्र, कर्म-भाग्य, ध्यान-ज्ञान, योग-भक्ती असे अनेक मार्ग अध्यात्मात सांगितले आहेत. या सर्व मार्गांनी प्राप्त होणारी अंतिम समज, अंतिम ज्ञान, बोध एकच आहे. अंतिम सत्याच्या शोधकाला, साधकाला शेवटी जी एकच 'समज' प्राप्त होते, ती 'समज' श्रवणानेसुद्धा प्राप्त होऊ शकते. अशा समजप्राप्तीसाठी श्रवण करणे यालाच तेजज्ञान प्राप्त करणे म्हटले गेले आहे. तेजज्ञानाच्या श्रवणाने सत्याचा साक्षात्कार घडतो, ईश्वरीय अनुभव मिळतो. हेच तेजज्ञान सरश्री महाआसमानी शिबिरात प्रदान करतात.

सरश्रींचा आध्यात्मिक शोध त्यांच्या बालपणापासूनच सुरू झाला होता. हा शोध सुरू असताना त्यांनी अनेक प्रकारच्या पुस्तकांचा अभ्यास केला. त्याचबरोबर आपल्या आध्यात्मिक शोधात मग्न राहून त्यांनी अनेक ध्यानपद्धतींचा अभ्यास केला. त्यांच्या या शोधाने त्यांना अनेक वैचारिक आणि शैक्षणिक संस्थांमध्ये जाण्यासाठी प्रेरित केले. सत्यप्राप्तीच्या शोधासाठी जास्तीत-जास्त वेळ देता यावा, या तीव्र इच्छेने त्यांना, ते करत असलेले अध्यापनाचे कार्य त्याग करण्यास प्रवृत्त केले. जीवनाचे रहस्य समजण्यासाठी त्यांनी बराच काळ मनन करून आपले शोधकार्य सतत सुरू ठेवले. या शोधाच्या शेवटी त्यांना 'आत्मबोध' प्राप्त झाला. आत्मसाक्षात्कारानंतर त्यांना जाणवले, की सत्यापर्यंत पोहोचण्याच्या प्रत्येक मार्गांत एकच सुटलेली कडी (मिसिंग लिंक) आहे आणि ती म्हणजे 'समज' (Understanding).

सरश्री म्हणतात, 'सत्यप्राप्तीच्या सर्व मार्गांचा आरंभ वेगवेगळ्या प्रकारे होतो, परंतु सर्वांचा शेवट मात्र 'समजे'ने होतो. ही 'समज'च सर्व काही असून, ती स्वतःच परिपूर्ण आहे. आध्यात्मिक ज्ञान प्राप्तीकरिता या

'समजे'चे श्रवणसुद्धा पुरेसे आहे' हीच 'समज' प्रदान करण्यासाठी सरश्रींनी 'तेजज्ञानाची' निर्मिती केली. तेजज्ञान ही आत्मविकासातून आत्मसाक्षात्कार प्राप्त करण्याची संपूर्ण ज्ञानप्रणाली आहे.

सरश्रींनी अडीच हजारांहून अधिक प्रवचन दिले आहेत आणि शंभरपेक्षा जास्त पुस्तकांची रचना केली आहे. ही पुस्तके दहापेक्षा अधिक भाषांमध्ये रूपांतरित केली गेली असून, पेंगुइन बुक्स, हे हाऊस पब्लिशर्स, जैको बुक्स, हिंद पॉकेट बुक्स, मंजुल पब्लिशिंग हाऊस, प्रभात प्रकाशन, राजपाल अ‍ॅण्ड सन्स, पेंटागॉन प्रेस, सकाळ पेपर्स इत्यादी प्रमुख प्रकाशन संस्थांद्वारा प्रकाशित केली गेली आहेत. सरश्रींच्या शिकवणीने लाखो लोकांच्या जीवनात परिवर्तन घडलं आहे. तसेच संपूर्ण विश्वाची चेतना वाढविण्यासाठी कित्येक सामाजिक कार्यांची सुरुवातही केली आहे.

तुम्हाला सर्वोच्च आनंद हवाय? असा आनंद, जो कोणत्याही बाह्य कारणावर अवलंबून नाही... जो प्रत्येक क्षणी वृद्धिंगत होतो. या जीवनात तुम्हाला प्रेम, विश्वास, शांती, समृद्धी आणि परमसंतुष्टी हवी आहे का? शारीरिक, मानसिक, सामाजिक, आर्थिक आणि आध्यात्मिक अशा आयुष्याच्या सर्व स्तरांवर यशस्वी होण्याची तुमची इच्छा आहे का? 'मी कोण आहे' हे तुम्हाला अनुभवाने जाणावंसं वाटतं का?

तुमच्या अंतर्यामी अशा सर्व प्रश्नांची उत्तरं जाणण्याची इच्छा आणि 'अंतिम सत्य' प्राप्त करण्याची तृष्णा असेल, तर तेजज्ञान फाउंडेशनतर्फे आयोजित 'महाआसमानी शिबिरा'त तुमचं स्वागत आहे. हे शिबिर सरश्रींच्या मार्गदर्शनावर आधारित आहे. सरश्री, आजच्या युगातील आध्यात्मिक गुरू असून, ते आजच्या लोकभाषेत अत्यंत सहजपणे आध्यात्मिक समज प्रदान करतात.

महाआसमानी शिबिराचा उद्देश :

विश्वातील प्रत्येक मनुष्यानं 'मी कोण आहे', या प्रश्नाचं उत्तर जाणून तो सर्वोच्च आनंदाच्या अवस्थेत स्थापित व्हावा, हाच या शिबिराचा मुख्य उद्देश आहे. प्रत्येकाला असं ज्ञान प्राप्त व्हावं, जेणेकरून त्यानं प्रत्येक क्षणी वर्तमानात जगण्याची कला आत्मसात करावी. तो भूतकाळाचं ओझं आणि भविष्याची चिंता यांतून मुक्त व्हावा. प्रत्येकाच्या आयुष्यात कधीही न संपणारा आनंद आणि योग्य समज यावी. शिवाय, प्रत्येकानं समस्या विलीन

करण्याची कला आत्मसात करावी. थोडक्यात, मनुष्यजन्माचा उद्देश सफल व्हावा, हाच या शिबिराचा उद्देश आहे.

'मी कोण आहे? मी येथे का आहे? मोक्ष म्हणजे काय? या जन्मातच मोक्षप्राप्ती शक्य आहे का?' असे प्रश्न जर तुमच्या मनात असतील, तर त्यांवरील उत्तर आहे- 'महाआसमानी शिबिर'.

महाआसमानी शिबिराचे मुख्य लाभ :

वास्तविक या शिबिराचे लाभ तर असंख्य आहेत; पण त्यांपैकी मुख्य लाभ पुढीलप्रमाणे-

- जीवनात शक्तिशाली ध्येय निश्चित होतं
- 'मी कोण आहे' हे अनुभवाने जाणता येतं (सेल्फ रियलायजेशन)
- मनाचे सर्व विकार विलीन होतात.
- भय, चिंता, क्रोध, बोरडम, मोह, तणाव या नकारात्मक बाबींतून मुक्ती
- प्रेम, आनंद, मौन, समृद्धी, संतुष्टी, विश्वास अशा दिव्य गुणांशी युक्ती
- साधं, सरळ पण शक्तिशाली जीवन जगता येतं
- प्रत्येक समस्येचं निराकरण करण्याची कला प्राप्त होते
- 'प्रत्येक क्षणी वर्तमानात जगणं' हा तुमचा स्वभाव बनतो
- आपल्यातील सर्व सकारात्मक शक्यता खुलतात
- याच जीवनात मोक्षप्राप्ती होते

महाआसमानी शिबिरात सहभागी कसं व्हाल?

या शिबिरात सहभागी होण्यासाठी तुम्हाला खालील बाबींची पूर्तता करायची आहे-

१. तुमचं वय कमीत कमी अठरा किंवा त्यापेक्षा अधिक असायला हवं.

२. सर्वप्रथम तुम्हाला 'सत्य-स्थापना' (फाउंडेशन ट्रुथ रिट्रीट) शिबिरात सहभागी व्हावं लागेल. या शिबिरात, तुम्ही प्रामुख्यानं दोन बाबी शिकाल- प्रत्येक क्षणी वर्तमानात जगण्याची कला कशी आत्मसात करावी आणि निर्विचार अवस्था कशी प्राप्त करावी.

३. प्राथमिक स्तरावर तुम्हाला काही प्रवचनं ऐकायची असून, त्यांतून तुम्ही मूलभूत समज आत्मसात कराल आणि महाआसमानी शिबिरात प्रवेश करण्यासाठी तयार व्हाल.

महाआसमानी शिबिर वर्षभरात पाच-सहा वेळा आयोजित केलं जातं. यात हजारो सत्यशोधक सहभागी होतात. महाआसमानी शिबिराची पूर्वतयारी तुम्ही तेजज्ञान फाउंडेशनच्या नजीकच्या सेंटरवरही करू शकता. महाराष्ट्रात अहमदनगर, सातारा, औरंगाबाद, नाशिक, नागपूर, वर्धा, अमरावती, चंद्रपूर, यवतमाळ, कोल्हापूर, सांगली, रत्नागिरी, लातूर, बीड, नांदेड, परभणी, पनवेल, मुंबई, ठाणे, सोलापूर, पंढरपूर, जळगाव, अकोला, बुलढाणा, धुळे, भुसावळ आणि महाराष्ट्राबाहेर सुरत, अहमदाबाद, बडोदा, नवी दिल्ली, बेंगलुरू, बेळगाव, धारवाड, रायपूर, भुवनेश्वर, कोलकाता, रांची, लखनौ, कानपूर, चंदीगढ, जयपूर, चेन्नई, पणजी, म्हापसा, भोपाळ, इंदोर, इटारसी, हर्दा, विदिशा, बुऱ्हाणपूर या ठिकाणी महाआसमानी शिबिराची पूर्वतयारी करू शकता.

तेजज्ञान फाउंडेशनमध्ये उपलब्ध असणाऱ्या सरश्रीलिखित पुस्तकांचं वाचन करून किंवा सरश्रींच्या प्रवचनांच्या सीडीज ऐकूनही तुम्ही या शिबिराची पूर्वतयारी करू शकता. याशिवाय, तुम्ही टीव्ही, रेडिओ किंवा यू ट्युबवरील सरश्रींच्या प्रवचनांचा लाभही घेऊ शकता. पण लक्षात घ्या, पुस्तकांतील ज्ञान, सीडी, टीव्ही, रेडिओ आणि यू ट्युबवरील प्रवचनं म्हणजे 'तेजज्ञानाची तोंडओळख' आहे; 'संपूर्ण तेजज्ञान' मुळीच नाही. तुम्ही महाआसमानी शिबिरात सहभागी होऊनच तेजज्ञानाचा आनंद घेऊ शकता. तेव्हा आगामी महाआसमानी शिबिरात सहभागी होण्यासाठी आजच संपर्क करा- 09921008060/75, 9011013208

आपल्यासाठी खुशखबर

महाआसमानी शिबीर आता ऑनलाइन सुद्धा उपलब्ध

हे शिबीर तीन भागांमध्ये घेण्यात येईल :

* बुनियादी सत्य शिविर * ब्राइट रिस्पॉन्सिबिलीटी शिविर

* महाआसमानी शिविर

अधिक जानकारी के लिए संपर्क करें

+ 91 9921008060

+ 91 9921008075

Visit also www.tejgyan.org

Registration link :

https://www.tejgyanglobal.org/mareg

पुस्तकासंबंधी अधिक माहितीसाठी संपर्क साधा

आपणास हवी असलेली पुस्तकं घरपोच मिळण्यासाठी मनीऑर्डर पाठवा. ही पुस्तकं आमच्या खर्चाने रजिस्टर्ड पोस्ट, कुरिअर आणि व्ही.पी.पी.द्वारे पाठवली जातील. त्यासाठी खालील पत्त्या वर संपर्क साधावा.

WOW Publishings Pvt. Ltd.

* रजिस्टर्ड ऑफिस - S. No. 1A, ईरानी मार्केट, बिल्डिंग नं. डी-३८ येरवडा, पुणे - 411006

* पोस्ट बॉक्स नं. ३६, पिंपरी कॉलोनी पोस्ट ऑफिस, पिंपरी, पुणे - 411017

फोन नं.: 09011013210 / 9146285129

आपण पुस्तकांची ऑर्डर ऑनलाईनही देऊ शकता. लॉग इन करा - www.gethappythoughts.org

500 रूपयांपेक्षा अधिक पुस्तकं मागविल्यास 10% विशेष सूट आणि फ्री शिपिंग मिळेल.

विचार नियम

मूल्य ... 175/-

आपण सर्व 'आंतरिक शांती' शोधताय का?

प्रत्येकालाच जीवनात आंतरिक शांती आणि पूर्णत्व हवं असतं. शिवाय, प्रत्येकजण विनाअट प्रेम आणि आनंदाच्या शोधार्थ भटकत असतो. पण आजच्या धावपळीच्या जगात या गोष्टी प्राप्त करणं केवळ अशक्यप्रायच!

आपल्याला भौतिक यशही हवंय का?

सर्वांनाच संपन्न, समृद्ध जीवनाचा आस्वाद घ्यायचा असतो. शिवाय, प्रत्येकालाच नातेसंबंधांत मधुरता, आपलेपणा हवा असतो. आर्थिक स्तरावर स्वातंत्र्य आणि उत्तम स्वास्थ्य या गोष्टी तर सर्वांनाच हव्या असतात. प्रत्येक काम रचनात्मक पद्धतीने करून अधिकाधिक कार्यक्षम बनावं, असं प्रत्येकालाच वाटत असतं. पण या सर्व गोष्टी मिळवण्यासाठी आपण 'आंतरिक शांती' हरवून बसतो.

या दोन्ही गोष्टी एकाच वेळी प्राप्त करणं शक्य आहे का? 'होय'... 'विचार नियम' या पुस्तकाच्या साहाय्याने - ● जीवनात अंतर्बाह्य ताळमेळ साधा. ● शांत, स्थिर जीवनाचा आनंद घ्या. ● विचारांपलीकडे जाऊन आपलं खरं 'स्व'रूप जाणा, जी तुमची मूळ अवस्था आहे. ● विचार नियमांना जीवनात प्रत्यक्ष अंगीकारा, जेणेकरून तुम्ही सर्वोच्च शक्यतांप्रत पोहोचू शकाल. ● मौनात राहून प्रेम, आनंद, करुणा, विपुलता आणि सर्जनशीलता हे गुण अंतरंगातून आविष्कृत होऊ द्या.

वाचकहो, आजवर 40 लाखांहून अधिक लोकांनी विचारांशी संबंधित 7 शक्तिशाली नियम आणि मंत्र यांच्या साहाय्याने आंतरिक शांती आणि यश प्राप्त केलंय. आपणही प्रस्तुत पुस्तकाचा अवश्य लाभ घ्या.

अंतर्मनाच्या शक्तीपलीकडील आत्मबळ

मूल्य ... 140/-

अंतर्मनाच्या शक्तीमागे कोणते आत्मबळ कार्यरत असते, याचा उलगडा प्रस्तुत पुस्तकात करण्यात आला आहे. या पुस्तकामुळे तुम्हाला आरोग्य, ज्ञान, शांती, कला, कौशल्य आणि समृद्धी प्राप्त करण्याचे रहस्य तर उमगेलच; पण त्याहीपलीकडे गवसेल, आत्मबळाचे वरदान!

याशिवाय प्रस्तुत पुस्तकात समाविष्ट आहेः

- अंतर्मनाला कसे आणि का प्रशिक्षित करावे?
- अंतर्मनापलीकडे असणाऱ्या, आत्मबळ प्रदान करतील अशा पाच शक्ती
- आत्मबळाच्या आधारे अशक्यप्राय ध्येय पूर्ण कसे करावे?
- भावना कशा हाताळाव्यात?
- उर्जा एकाग्रित कशी करावी?
- स्वयंशिस्त, धैर्य आणि सहनशीलता आत्मसात कशी करावी?

थोडक्यात, या पुस्तकात सामावले आहे अंतर्मनाच्या शक्तीने सामर्थ्यशाली बनण्याचे रहस्य. तेव्हा समृद्ध जीवनाचा शुभारंभ करा...आज... आता...या क्षणी!

सत् चित् आनंद

मूल्य … 175/-

'आता मला चक्रव्यूहातून म्हणजेच मायेच्या जाळ्यातून बाहेर पडायचं आहे…,' असा विचार कधी तुमच्या मनात आलाय का? बालपणापासून आजपर्यंत तुम्ही ज्या धारणांमध्ये जगत आला आहात, त्याच तुमच्या मुलांनादेखील मिळायला हव्यात का? मायेच्या आधीन न होता तिच्यावर मात कशी करता येईल? असे प्रश्न तुम्ही स्वतःला विचारायला हवेत. कारण अध्यात्मातदेखील लोक अनेक प्रश्नांची जुनी उत्तरंच प्रमाण मानून बसले आहेत. जसं,

- गतजन्मातील कर्मांचं फळ आज मिळेल, तर या जीवनातील कर्मांचं फळ पुढच्या जन्मी.
- आजची कर्मं आत्ता कोणताही आनंद देणार नाहीत, पुढच्या जन्मातच याचा लाभ होईल.
- नशिबात असेल तरच आम्हाला आनंद मिळेल. (खरंतर, आनंद हा सर्वांचा जन्मसिद्ध अधिकार आहे.)
- ईश्वर - विशेष चेहरा, आभूषण अथवा विशिष्ट पेहराव परिधान करतो. तो काही बाबतीत नाराज होतो, तर कधी खुश होतो.
- मोक्ष- मृत्यूनंतरच प्राप्त होतो.

वरील धारणा प्रमाण मानणारे लोक जुनं ज्ञानही आचरणात आणत नाहीत आणि नवीन ऐकायलाही तयार होत नाहीत. त्यामुळे त्यांची अवस्था त्रिशंकूप्रमाणे होते. म्हणून ते अपूर्ण ज्ञानाच्या आधारेच जीवन व्यतीत करतात. परंतु आता वेळ आली आहे, योग्य उत्तरं मिळवून अस्सल अध्यात्म, जीवनाचं ध्येय जाणून घेण्याची…! आता वेळ आली आहे, प्रस्तुत पुस्तकाचं उद्दिष्ट साध्य करण्याची, आपल्या जीवनातील केवळ २४ तास खर्च करून सत्य जाणण्याची…!

मनाचे विज्ञान

मूल्य ... 180/-

विश्वात विज्ञानाच्या साहाय्याने आजवर अनेक चमत्कार घडले आहेत. शिवाय, कित्येक आविष्कारांवर आजही संशोधन सुरू आहे. मात्र, आदर्श आणि प्रशिक्षित मनाचा चमत्कार आपण कधी पाहिलाय? याचं उत्तर 'नाही' असं असेल, तर निश्चितच हे पुस्तक आपल्यासाठी आहे. सर्व कल्पनांपलीकडे असलेला सर्वांत मोठा चमत्कार या प्रशिक्षित आणि आदर्श मनासोबतच घडू शकतो, ही बाब आपण प्रस्तुत 'विज्ञान मनाचे' या पुस्तकाद्वारे जाणणार आहोत. आपलं मन दुःखी, त्रस्त होईल, त्यावेळी निम्नलिखित बाबींवर आपलं लक्ष केंद्रित करा.

* मन म्हणजे काय? मनाचे विविध पैलू कोणते? मनाचे बुद्ध कसे बनाल?
* विचार आणि भावनांद्वारे मन सत्यावर कसं आरूढ होतं?
* सुलभ रूपकांद्वारे मनाची कार्यपद्धती जाणा
* मनाचे विकार आणि त्यांतून मुक्त होण्याचे मार्ग
* मनाच्या सर्व नकारात्मक सवयींपासून मुक्तीचे रचनात्मक उपाय
* मन आदर्श बनवण्याचा उद्देश आणि योग्य पद्धती
* मन मनोरंजनात कसं अडकतं, त्यातून मुक्त होण्याचे उपाय
* मनाची नाटकं अनेक, त्यांतून मुक्त होण्याचे उपायही अनेक!
* मनाचा बुद्ध बनण्यासाठी आवश्यक ८ पावलं

प्रस्तुत पुस्तकाच्या साहाय्याने आपण सुप्त मनाच्या अनोख्या रूपाशी परिचित होऊन मनाचे बुद्ध बनण्याचा राजमार्ग जाणाल, जो मन त्रस्त होण्यापूर्वीच आत्मसात करायला हवा.

तेजज्ञान फाउंडेशनच्या मुख्य शाखा

पुणे (रजिस्टर्ड ऑफिस) - विक्रांत कॉम्प्लेक्स, तपोवन मंदिराजवळ, पिंपरी, पुणे-४११०१७. फोन : ०२०-२७४११२४०, २७४१२५७६

मनन आश्रम - सर्व्हे नं. ४३, सनस नगर, नांदोशी गांव, किरकटवाडी फाटा, तालुका - हवेली, जिल्हा- पुणे ४११०२४. फोन : ०९९२१००८०६०

e-books

English - ✻ The Source ✻ Celebrating Relationships ✻ The Miracle Mind ✻ Everything is a Game of Beliefs ✻ Who am I now ✻ Beyond Life ✻ The Power of Present ✻ Freedom from Fear Worry Anger ✻ Light of grace ✻ The Source of Health and many more.

मराठी – ✻ विचार नियम ✻ विश्वास नियम ✻ विकास नियम ✻ ध्यान नियम ✻ सवयी बदलण्याचे यशस्वी मार्ग ✻ क्षमेची जादू ✻ आनंदी मनासाठी ✻ धैर्य असेल तर विचार करून बघा ✻ प्रभावी संवाद कसा साधावा ✻ सुखी जीवनाचे पासवर्ड ✻ स्वास्थ्य प्राप्तीसाठी विचार नियम ✻ शोध स्वतःचा ✻ नींव ९० फॉर टीन्स आणि बरेच काही...

Other E books available at www. gethappythoughts.org

Free apps - U R Meditation & Tejgyan Internet Radio on all platforms like Android, iPhone, iPad and Amazon

e-magazines - 'YogyaAarogya' & 'Drushtilakshya' emagazines available on www.magzter.com

e-mail - mail@tejgyan.com

– नम्र निवेदन –

विश्वशांतीसाठी लाखो लोक दररोज सकाळी आणि रात्री ९:०९ मिनिटांनी प्रार्थना करत आहेत. कृपया आपणही यामध्ये सहभागी व्हा.

www.ingramcontent.com/pod-product-compliance
Lightning Source LLC
LaVergne TN
LVHW060628051026
849519LV00002B/803
* 9 7 8 9 3 9 0 6 0 7 2 4 2 *